Bes eggjakökumatreiðslubókin

Fullkomin tækni og 100 ómótstæðilegar uppskriftir fyrir hverja máltíð

Gunnar Möller

© HÖFUNDARRETtur 2024. ALLUR RÉTTUR ÁKVEÐUR

Þetta skjal er ætlað að veita nákvæmar og áreiðanlegar upplýsingar um það efni og málefni sem fjallað er um. Ritið er selt með það fyrir augum að útgefanda sé ekki skylt að veita bókhald, opinbera leyfða eða á annan hátt hæfa þjónustu. Ef ráðgjöf er nauðsynleg, lögfræðileg eða fagleg, ætti að panta starfandi einstakling í faginu.

Það er á engan hátt löglegt að afrita, afrita eða senda nokkurn hluta þessa skjals hvorki á rafrænan hátt né á prentuðu formi. Upptaka þessarar útgáfu er stranglega bönnuð og öll geymsla á þessu skjali er ekki leyfð nema með skriflegu leyfi frá útgefanda. Allur réttur áskilinn.

Viðvörun Fyrirvari, upplýsingarnar í þessari bók eru sannar og fullkomnar eftir því sem við best vitum. Allar tillögur eru gerðar án ábyrgðar af hálfu höfundar eða söguútgáfu. Höfundur og útgefandi afsala sér og bera ábyrgð í tengslum við notkun þessara upplýsinga

Efnisyfirlit

INNGANGUR...8

OMELET UPPSKRIFT...9

1. Paprikaeggjakaka með kryddjurtum......................9
2. Blaðlauksfrittata..12
3. Eggjakaka með sveppum og cheddar...................14
4. Ostaeggjakaka með kryddjurtum..........................16
5. Tómatar og beikon eggjakaka með feta...............19
6. Hirsi eggjakaka með nektarínum..........................21
7. Eggjakaka með pasta og blönduðu grænmeti......23
8. Spínat- og ostaeggjakaka með laxi.......................26
9. Fyllt eggjakaka...28
10. Eggjakaka með kúrbít..30
11. Eggjakaka með laxi og gúrku...............................32
12. Sveppaeggjakaka með tómötum........................34
13. Skinku- og rokettufrittata....................................36
14. Kúrbíts geitaosti quiche......................................38
15. Paprika og kartöflu tortilla..................................40
16. Omelette Caprese...43
17. Eggjakaka af Keto osti...45
18. Morgunverðareggjakaka.....................................47
19. Ostaeggjakaka með kryddjurtum.......................49
20. Ostaeggjakaka...51
21. Frittata með hangikjöti og feta...........................53

22. Tortilla með spínati...........55
23. Eggjakaka með lauk og ólífum...........57
24. Spænsk kartöflutortilla...........59
25. Eggjakaka fyllt með fetaost...........62
26. Kúskússalat með jarðarberjum...........65
27. Þangeggjakaka...........68
28. Eggjakaka með spínati og aspas...........70
29. Beikoneggjakaka...........73
30. Kúrbít og pipar tortilla...........75
31. Ítalsk eggjakaka með baunum...........77
32. Kartöflueggjakaka að spænskum stíl...........79
33. Ostaeggjakaka...........81
34. Tómateggjakaka með kindaosti...........83
35. Eggjakaka með feta og grænmeti...........85
36. Frittata með kúrbít...........87
37. Eggjakaka með blaðlauk og beikoni...........89
38. Mangó eggjakaka...........91
39. Paprika og kartöflu tortilla...........93
40. Eggjakaka með kúrbít...........96
41. Eggjakaka með grænmeti, brauðteningum og tofu...........98
42. Snarl með skinku og eggjaköku...........100
43. Grænmetiseggjakaka...........102
44. Eggjakaka með ávöxtum...........104
45. Eggaldin eggjakaka...........106

46. Omelett með ostrum...........108
47. Hrísgrjón með eggjaköku, beikoni og sígó...........110
48. Eggjakaka með baunum og skinku...........113
49. eggjaköku rúlla...........115
50. Svínaeggjakaka...........117
51. Hrísgrjón og kjöt eggjakaka...........119
52. Blómkálseggjakaka...........121
53. Eggjakaka með ricotta og parmesanosti...........123
54. Kartöflueggjakaka...........125
55. Eggjakaka með osti og sojasósu...........127
56. Kalkúna rúlla, eggjakaka og spínat...........129
57. Eggjakaka með beikoni, kartöflum og aspas...........132
58. Eggjakaka með brauðteningum og baunaspírum...........134
59. Eggjakaka með brokkolí, skinku og brauðteningum...........136
60. Svínakótilettur með eggjaköku, hrísgrjónum og maís....138
61. Frönsk eggjakaka...........141
62. Eggjakaka með kartöflum, aspas og osti...........143
63. Eggjakaka með kartöflum, aspas og osti...........145
64. Tófú eggjakaka...........147
65. Nautaeggjakaka...........149
66. Eggjakaka með kjúklingalifur...........151
67. Eggjakaka með rækjum og sveppum...........153
68. Tortilla með eggjaköku...........155
70. Eggjakaka með salami og lauk...........157

71. Nautaeggjakaka...............159
72. Eggjakaka með osti og brokkolí................161
73. Eggjakaka í brauði með beikoni og kryddjurtum...........163
74. eggjakaka með múrsteinum og spínati........165
75. eggjakaka með rækjum og sveppum................167
76. Marokkósk eggjakaka....................169
77. Geitaostaeggjakaka með basil..................171
78. Villihvítlaukseggjakaka.................173
79. Skinku- og ostaeggjakaka................175
80. Sumarhúsaeggjakaka................177
81. Kartöflueggjakaka með osti................179
82. eggjakaka með kantarellum...............181
83. Eggjakaka með rækjum.................184
84. Eggjakaka fyllt með feta................186
85. Omelette Með Ávöxtum................189
86. Spaghetti eggjakaka................191
87. Jurtaeggjakaka................193
88. Garð ferskar eggjakaka................195
89. Avókadó ristað brauð og eggjakaka................198
90. Kúrbítseggjakaka með kryddjurtum................200
91. Heilkornabrauð með eggjaköku og bökuðum baunum..202
92. Aspas og skinkueggjakaka með kartöflum og steinselju 204
93. Geitaostaeggjakaka með rucola og tómötum................206
94. Ostaeggjakaka með kryddjurtum................208

95. Túnfiskeggjakaka 210
96. Eggjakaka með kjötbrauði 212
97. Holl eggjakaka 214
98. Pizzueggjakaka 216
99. Epli og beikon eggjakaka 218
100. Vegan eggjakaka 220
NIÐURSTAÐA 221

INNGANGUR

Hver vissi að eitthvað eins einfalt og eggjakaka gæti opnað dyrnar að endalausri sköpunargáfu í matreiðslu? Hvort sem þú ert byrjandi í eldhúsinu eða vanur heimakokkur, þá eru eggjakökur hið fullkomna striga til að kanna bragðefni, áferð og hráefni.

Þessi handbók er hönnuð til að taka þig frá grunnatriðum þess að brjóta egg til leikninnar í því að búa til eggjaköku úr veitingastöðum í þínu eigin eldhúsi. Allt frá klassískum eggjaköku í frönskum stíl til góðra fylltra verka, þú munt finna uppskriftir sem henta öllum smekk og tilefni.

Uppgötvaðu ráð til að ná fullkomnu flipinu, brellur fyrir létta og dúnkennda áferð og hugmyndir að endalausum fyllingarsamsetningum sem munu lyfta þessum auðmjúka rétti til nýrra hæða. Morgunmatur, hádegismatur, kvöldverður eða jafnvel miðnætursnarl - það er alltaf eggjakaka sem bíður eftir að verða gerð.

Við skulum slá í gegn og þeyta saman eggjagott sköpunarverk!

OMELET UPPSKRIFT

1. Paprikaeggjakaka með kryddjurtum

- Undirbúningur: 10 mín
- elda á 20 mín
- skammtar 2

hráefni

- 4 egg
- salt
- pipar
- 2 handfylli blandaðar kryddjurtir (td basil, steinselja, timjan, dill)

- 100 g kjúklingabaunir (glas; tæmd þyngd)
- 1 rauð paprika eða græn paprika
- 1 gul paprika
- 2 matskeiðar ólífuolía
- 75 g pecorino eða annar harður ostur

Undirbúningsskref

1. Þeytið eggin, kryddið með salti og pipar og þeytið vel. Þvoið kryddjurtir, hristið þær þurrar og saxið helminginn. Bætið söxuðum kryddjurtum út í eggjablönduna.
2. Tæmið kjúklingabaunirnar, skolið og látið renna vel af. Hreinsið, þvoið, helmingið og skerið paprikuna í strimla. Hitið 1 matskeið af ólífuolíu á pönnu, bætið kjúklingabaunum og paprikustrimlum út í og steikið við meðalhita í 3-5 mínútur, snúið við. Saltið og piprið og setjið til hliðar. Rífið pecorinoið smátt.
3. Hitið ½ msk ólífuolíu á annarri lítilli pönnu. Bætið helmingnum af eggjablöndunni út í og hyljið allan botninn á pönnunni. Lokið og látið standa við vægan hita í um 5-7 mínútur. Setjið helminginn af grænmetinu og helminginn af ostinum á aðra hliðina á eggjakökunni. Brjótið eggjakökuna saman við

og setjið á disk. Gerðu það sama fyrir seinni eggjakökuna.
4. Takið gróflega af kryddjurtunum sem eftir eru og dreifið á eggjakökurnar. Berið fram strax.

2. Blaðlauksfrittata

- Undirbúningur: 15 mínútur
- elda á 25 mín
- skammtar 4

innihaldsefni

- ½ fret vorlaukur
- 1 handfylli af ferskum kryddjurtum (td dill, steinselja, kóríander)
- 2 matskeiðar ólífuolía
- 8 egg
- 50 ml þeyttur rjómi
- 20 g parmesan (1 stk)
- salt

- pipar
- 50 g rúlla

Undirbúningsskref

1. Hreinsið og þvoið vorlaukinn og skerið í skálaga strimla. Þvoið kryddjurtirnar, hristið þær þurrar, tíndar og saxið gróft.
2. Hitið olíuna á stórri non-stick pönnu (eða tveimur litlum pönnum) og steikið vorlaukinn á 3-4 mínútum þar til hann verður gegnsær. Rífið parmesan fínt. Þeytið eggin með rjóma, kryddjurtum og parmesan. Kryddið með salti og pipar. Hellið vorlauk yfir, blandið stuttlega saman og látið hefast við vægan hita í ca. 10 mínútur (ekki hræra meira). Þegar undirhliðin er brún er skorið í 4 bita með spaða. Bakið á annarri hliðinni í 2-3 mínútur þar til þær eru gullinbrúnar.
3. Þvoið rakettan og hristið þurrt. Berið frittatuna fram með rokettu og parmesan stráð yfir ef vill.

4. Ostaeggjakaka með kryddjurtum

- Undirbúningur: 5 mín
- elda á 20 mín
- skammtar 4

hráefni

- 3 stilkar kirtill
- 3 stilkar af basil
- 20 g parmesan
- 1 skalottlaukur
- 8 egg
- 2 msk creme fraiche ostur
- 1 matskeið smjör
- 150 g kindaostur

- salt
- pipar

Undirbúningsskref

1. Þvoið kervel og basil, hristið þurrt og saxið gróft. Rífið parmesan. Afhýðið og skerið skalottlaukana í smátt. Þeytið eggin með crème fraiche, parmesan, kervel og helmingnum af basilíkunni.
2. Bræðið smjörið á ofnfastri pönnu, steikið skalottlaukana í því, hellið eggjunum út í og myljið fetaostinn yfir. Bakið í 200° heitum ofni í um það bil 10 mínútur þar til þær eru gullinbrúnar.
3. Takið út úr ofninum, kryddið með salti, pipar og berið fram með basilíkunni sem eftir er yfir.

5. Tómatar og beikon eggjakaka með feta

- Undirbúningur: 15 mínútur
- skammtar 2

hráefni

- 8 kirsuberjatómatar
- 1 rauður chilipipar
- 50 g þunnt sneið morgunverðarbeikon
- 5 egg
- 100 ml laktósalaus mjólk 1,5% fita
- salt
- pipar

- 100 g smalaostur
- 2 tsk smjör
- 1 handfylli af basil

Undirbúningsskref

1. Þvoið og helmingið tómatana. Þvoið chili, skerið í tvennt, kjarnhreinsið og skerið í mjög mjóa strimla. Skerið beikonið í um 4 cm breiðar strimla. Þeytið eggin með mjólkinni, kryddið með salti og pipar. Þurrkaðu hirðaostinn og skera í teninga.
2. Steikið helminginn af beikoninu á pönnu sem festist ekki, bætið svo 1 tsk af smjöri út í og bræðið. Hellið helmingnum af eggjablöndunni yfir og bætið helmingnum af tómötunum og chillistrimlunum út á meðan hún er enn mjúk. Stráið helmingi af osti og basilíku yfir og látið eggið stífna.
3. Renndu eggjakökunni á disk og berðu fram.
4. Vinnið afganginn af hráefninu í aðra eggjaköku.

6. Hirsi eggjakaka með nektarínum

- Undirbúningur: 20 mín
- elda á 40 mín
- skammtar 2

hráefni

- 40 g hirsi
- 2 egg (m)
- 10 g heill reyrsykur (2 tsk)
- 1 klípa af salti
- 150 g vanillujógúrt (3,5% fita)
- 2 msk ferskjakvoða
- 250 g nektarínur (2 nektarínur)
- 2 tsk sólblómaolía

Undirbúningsskref

1. Hitið 75 ml af vatni að suðu, stráið hirsi yfir og hrærið. Lækkið hitann strax og eldið hirsið þakið við lægsta hita í 7 mínútur, hrærið varlega nokkrum sinnum. Takið pottinn af hitanum og hyljið kornin í 12 mínútur í viðbót. Látið kólna.
2. Setjið egg, sykur og klípu af salti í skál og þeytið með sleif. Hrærið kældu hirsi saman við.
3. Setjið vanillujógúrtina og ferskjumassann í skál og hrærið þar til það er slétt.
4. Þvoið nektarínurnar, þurrkið þær, skerið í tvennt og steinið. Skerið deigið í þunnar báta.
5. Hitið olíuna á húðuðu pönnu. Hellið hirsideiginu út í og bakið í um 4 mínútur við meðalhita. Snúðu eggjakökunni og bakaðu hina hliðina í 4-5 mínútur þar til hún er gullinbrún.
6. Raðið hirsi eggjakökunni með ferskjujógúrt og nektarínubátum og berið fram.

7. Eggjakaka með pasta og blönduðu grænmeti

- Undirbúningur: 30 mín
- elda á 1 klst
- skammtar 4

hráefni

- 150 g frosnar baunir
- 1 rauð paprikukóða
- 150 g maís (tæmd þyngd; dósamatur)
- 350 g heilkorna penne
- salt
- 1 skalottlaukur

- 1 hvítlauksgeiri
- ólífuolía
- 20 g parmesan (1 stk)
- 5 g steinselja (0,25 búnt)
- 100 ml mjólk (3,5% fita)
- 50 ml þeyttur rjómi

Undirbúningsskref

1. Þiðið baunirnar. Þvoið paprikuna, skerið í tvennt, fjarlægið fræin og hvítu innveggina og skerið í mjóa, litla strimla. Hellið maísnum í sigti, skolið undir köldu vatni og skolið vel af.
2. Sjóðið pastað í sjóðandi söltu vatni samkvæmt leiðbeiningum á umbúðum, tæmdu það, skolaðu með köldu vatni og skolaðu vel af.
3. Afhýðið og saxið skalottlaukur og hvítlauk smátt. Hitið 2 matskeiðar af olíu á hárri, ofnheldri pönnu og steikið skalottlaukur og hvítlauk í henni við meðalhita þar til það verður gegnsætt. Bætið grænmetinu út í, steikið í stutta stund og blandið pastanu saman við. Rífið parmesan fínt. Þvoið steinseljuna, hristið þurrt og saxið gróft. Þeytið eggin með mjólkinni, rjómanum og

ostinum, kryddið með salti og pipar, blandið steinseljunni saman við og hellið yfir pastablönduna. Látið stífna í stutta stund og bakið í forhituðum ofni við 200°C í 10-15 mínútur til enda. Takið út, snúið út og berið fram skorið í bita.

8. Spínat- og ostaeggjakaka með laxi

- Undirbúningur: 20 mín
- elda á 45 mín
- skammtar 2

hráefni

- 1 lítill laukur
- 200 g laxaflök
- 200 g mozzarella
- 200 g spínat
- 5 egg
- 2 matskeiðar mjólk
- 1 tsk smjör
- salt
- pipar

Undirbúningsskref

1. Afhýðið laukinn og skerið hann í fína bita. Þvoið laxinn, þerrið hann og saxið eða skerið í teninga. Skerið mozzarella í sneiðar. Þvoið spínatið og hristið það þurrt.
2. Þeytið egg og mjólk í skál. Hitið smjörið á ofnfastri pönnu og steikið laukinn við meðalhita í 2 mínútur. Hellið eggjunum út í, kryddið með salti og pipar og toppið með spínati, laxi og mozzarella.
3. Bakið allt í forhituðum ofni við 180°C í um 20-25 mínútur, þar til eggið er eldað í gegn og blandan orðin stíf.

9. Fyllt eggjakaka

- Undirbúningur: 20 mín
- elda á 35 mín
- skammtar 4

hráefni

- 40 g raketta (1 handfylli)
- 300 g kirsuberjatómatar
- 10 g graslaukur (0,5 búnt)
- 8 egg
- 4 msk kolsýrt sódavatn
- salt
- pipar
- Múskat

- 4 tsk sólblómaolía
- 150 g kornaður rjómaostur

Undirbúningsskref

1. Þvoið rakettan og þurkið. Þvoið tómatana og skerið í tvennt. Þvoið graslaukinn, hristið þurrt og skerið í rúllur.
2. Þeytið egg með vatni og graslauk og kryddið með salti, pipar og nýrifnum múskat.
3. Hitið 1 tsk sólblómaolíu á pönnu sem festist ekki og bætið 1/4 af eggjamjólkinni út í. Steikið í 2 mínútur við meðalhita, snúið við og lokið eldun á 2 mínútum í viðbót. Fjarlægðu og haltu heitum í forhituðum ofni við 80 °C. Bakaðu 3 eggjakaka til viðbótar á þennan hátt.
4. Setjið eggjakaka á 4 diska og fyllið með rjómaosti, tómötum og roket. Kryddið með salti og pipar og þeytið út í.

10. Eggjakaka með kúrbít

- Undirbúningur: 25 mín
- skammtar 4

hráefni

- 10 egg
- 50 ml hafradrykkur (hafrarmjólk)
- 2 msk nýskorin basilíka
- salt
- pipar
- 2 kúrbít
- 250 g kirsuberjatómatar

- 2 matskeiðar ólífuolía

Undirbúningsskref

1. Þeytið eggin með hafradrykknum og basilíkunni. Kryddið með salti og pipar.
2. Þvoið, hreinsið og skerið kúrbítinn í bita. Þvoið og helmingið tómatana. Blandið grænmetinu lauslega saman, kryddið með salti, pipar og steikið í 1/4 mínútu hvort í senn í smá heitri olíu. Hellið 1/4 af eggjunum yfir hvert, blandið saman við og steikið í 4-5 mínútur þar til þær eru gullinbrúnar og látið stífna. Bakið allar 4 eggjakökurnar á þennan hátt og berið fram.

11. Eggjakaka með laxi og gúrku

- Undirbúningur: 10 mín
- elda á 22 mín
- skammtar 4

hráefni

- 120 g reyktar laxasneiðar
- ½ agúrka
- 3 stilkar steinselja
- 10 egg
- 50 ml þeyttur rjómi
- salt
- pipar

- 4 tsk repjuolía

Undirbúningsskref

1. Skerið lax í strimla. Þvoið, hreinsið og skerið gúrkuna í sneiðar. Þvoið steinseljuna, hristið þurrt og saxið smátt.
2. Þeytið egg með rjóma og 2 msk steinselju. Kryddið með salti og pipar.
3. Hellið 1 teskeið af olíu á heita, húðaða pönnu. Hellið 1/4 af egginu og látið stífna hægt í 2-3 mínútur við meðalhita. Brjótið saman og setjið á disk með nokkrum gúrkusneiðum.
4. Bakið allar fjórar eggjakökurnar á þennan hátt, setjið laxinn yfir og berið fram stráð af steinseljunni sem eftir er.

12. Sveppaeggjakaka með tómötum

- Undirbúningur: 20 mín
- skammtar 4

hráefni

- 1 vorlaukur
- 100 g sveppir
- 1 lítill tómatur
- 1 msk repjuolía
- salt
- pipar
- 1 egg (stærð L)
- 1 msk kolsýrt sódavatn
- 45 g heilkorn ristað brauð (1,5 sneið)

Undirbúningsskref

1. Þvoið og hreinsið vorlaukinn og skerið í fína hringa. Hreinsið sveppina, hreinsið með pensli og skerið í sneiðar.
2. Þvoið tómatana, fjarlægið stilkinn og skerið í sneiðar.
3. Hitið olíuna á húðuðu pönnu. Steikið vorlaukinn og sveppina í því við meðalhita. Saltið og piprið og steikið áfram í 3-4 mínútur, snúið oft við meðalhita.
4. Setjið eggið með klípu af salti og sódavatni í litla skál og þeytið með sleif.
5. Hellið þeyttu egginu yfir grænmetið á pönnunni og látið standa í 3-4 mínútur.
6. Í millitíðinni, ristað brauð og toppið með tómatsneiðum. Rennið eggjakökunni af pönnunni yfir á brauðið og berið fram.

13. Skinku- og rokettufrittata

- Undirbúningur: 20 mín
- elda á 35 mín
- skammtar 4

hráefni

- 90 g hráskinka (6 sneiðar)
- 80 g raketta (1 búnt)
- 20 g parmesan (1 stk)
- 10 egg
- 200 ml mjólk (1,5% fita)
- salt
- pipar
- 50 g sýrður rjómi
- 5 g smjör (1 tsk)

Undirbúningsskref

1. Skertu skinkusneiðarnar í fjórða. Þvoið rakettan og þurkið. Rífið parmesan og setjið 1 tsk til hliðar.
2. Þeytið egg með mjólk og kryddið með salti og pipar. Hrærið sýrða rjómanum og parmesan saman við.
3. Hitið smjörið á stórri ofnfastri pönnu. Bætið 1/3 af eggjablöndunni út í og setjið helminginn af skinku og roket yfir. Setjið annan 1/3 af eggjablöndunni ofan á, setjið restina af skinku og rokettu yfir og endið með afganginum af eggjablöndunni.
4. Látið frittatuna standa í forhituðum ofni við 200°C í um 12-15 mínútur.
5. Skerið frittatuna í bita, skiptið á 4 plötur og stráið restinni af parmesan sem þið setjið til hliðar yfir.

14. Kúrbíts geitaosti quiche

- Undirbúningur: 30 mín
- elda á 50 mín
- skammtar 4

hráefni

- 2 kúrbít
- 8 egg
- 150 ml þeyttur rjómi að minnsta kosti 30% fituinnihald
- salt
- Pipar úr kvörninni

- Múskat
- 2 matskeiðar ólífuolía
- 1 hvítlauksgeiri
- 150 g geitaostarúlla

Undirbúningsskref

1. Hitið ofninn í 200°C yfir- og undirhita. Þvoið og hreinsið kúrbítinn og skerið í þunnar sneiðar. Þeytið eggin með rjómanum og kryddið með salti, pipar og múskat.
2. Hitið olíuna á pönnu og steikið kúrbítsneiðarnar, snúið öðru hverju. Afhýðið og kreistið hvítlaukinn. Hellið eggjakreminu út í, dreift því jafnt og látið stífna í stutta stund.
3. Haldið geitaostinum eftir endilöngu og skerið í þunnar sneiðar. Dreifið þessu á frittatuna og bakið í forhituðum ofni í um 10 mínútur þar til þær eru gullinbrúnar. Berið fram skorið í bita.

15. Paprika og kartöflu tortilla

- Undirbúningur: 30 mín
- elda á 45 mín
- skammtar 4

hráefni

- 700 g hveitikartöflur
- salt
- 1 rauð paprika
- 2 tómatar
- 1 laukur
- 1 hvítlauksgeiri
- 2 matskeiðar ólífuolía

- pipar
- 8 egg
- 4 msk mjólk (1,5% fita)
- 2 greinar timjan
- 20 g parmesan (1 stk)

Undirbúningsskref

1. Þvoið kartöflurnar og eldið í söltu sjóðandi vatni í um 20 mínútur.
2. Í millitíðinni skaltu þvo og þrífa paprikuna og skera í strimla. Þvoið tómatana og skerið í báta. Afhýðið lauk og hvítlauk og saxið smátt.
3. Tæmið kartöflurnar, látið þær gufa upp, flysjið þær og skerið í hæfilega hæfilega bita.
4. Hitið ólífuolíuna á ofnfastri pönnu. Steikið kartöflubitana í því við meðalhita í um 5 mínútur, hrærið af og til. Bætið papriku, lauk og hvítlauk út í, kryddið með salti og pipar og steikið í 2 mínútur í viðbót. Hrærið tómatbátum varlega saman við.
5. Þeytið egg og mjólk, kryddið með salti, pipar og hellið á pönnuna. Dreifið eggjamjólkinni jafnt með því að snúa og halla pönnunni

aðeins og látið harðna í 2 mínútur. Bakið í forhituðum ofni við 180°C í um 15 mínútur.
6. Í millitíðinni skaltu þvo timjan, hrista þurrt og tína blöðin. Skerið parmesan í sneiðar. Stráið hvoru tveggja yfir tortilluna.

16. Omelette Caprese

- Heildartími: 5 mín
- Skammtar 2

Hráefni

- 2 matskeiðar ólífuolía
- Sex egg
- 100 g kirsuberjatómatar, skornir í tvennt eða tómatar skornir í sneiðar
- 1 msk fersk basilíka eða þurrkuð basilíka
- 150g (325 ml) ferskur mozzarellaostur
- salt og pipar

Undirbúningur

1. Til að blanda saman skaltu brjóta eggin í skál og bæta við salti eftir smekk og svörtum pipar. Þeytið vel með gaffli þar til allt er alveg blandað saman.
2. Bætið basil, hrærið síðan saman. Skerið í tvennt eða sneiðar af tómötunum. Saxið ostinn eða skerið hann í sneiðar. Hitið olíuna í stórri pönnu.
3. Steikið tómatana í nokkrar mínútur. Hellið yfir tómatana með eggjablöndunni. Bíddu og bætið ostinum út í þar til hann er orðinn svolítið þéttur. Lækkið hitann og látið harðna eggjakökuna. Berið fram strax og njótið!

17. Eggjakaka af Keto osti

- Heildartími: 15 mín.
- Skammtar 2

Hráefni

- 75 g smjör
- Sex egg
- 200 g rifinn cheddar ostur
- Salt og svartur pipar malaður eftir smekk

Undirbúningur

1. Þeytið eggin þar til þau eru mjúk og örlítið froðukennd. Bætið helmingnum af rifnum

cheddar osti út í og blandið saman. Salt og pipar eftir smekk.
2. Bræðið smjörið á heitri pönnu. Hellið eggjablöndunni og látið standa í nokkrar mínútur. Lækkið hitann og haltu áfram að elda þar til eggjahræran er næstum tilbúin.
3. Bætið restinni af rifnum osti út í. Brjótið saman og berið fram strax. Smakkaðu sköpunina þína með kryddjurtum, niðurskornu grænmeti eða jafnvel mexíkóskri sósu.
4. Og ekki hika við að elda tortilluna með ólífuolíu eða kókosolíu til að hafa annað bragðsnið.

18. Morgunverðareggjakaka

- Heildartími: 10,
- Skammtar: 2

Hráefni:

- 2 egg
- 3 eggjahvítur
- 1 matskeið af vatni
- 1/2 tsk af ólífuolíu
- 1/4 tsk salt
- ¼ tsk malaður pipar

Undirbúningur:

1. Þeytið egg, eggjahvítur, salt, pipar og vatn í skál þar til froðukennt.
2. Hitið helminginn af olíunni á pönnu við meðalhita. Hellið helmingnum af eggjablöndunni.
3. Eldið í nokkrar mínútur og lyftið brúnunum upp með því að nota spaða öðru hvoru. Brjóttu saman í tvennt.
4. Snúðu hitann í lágan og haltu áfram að elda í eina mínútu. Endurtaktu ferlið fyrir restina af eggjablöndunni.

19. Ostaeggjakaka með kryddjurtum

- heildartími 20 mínútur,
- skammtar 4

hráefni

- 3 stilkar kirtill
- 3 stilkar af basil
- 20 g parmesan
- 1 skalottlaukur
- 8 egg
- 2 msk creme fraiche ostur
- 1 matskeið smjör
- 150 g kindaostur

- salt
- pipar

Undirbúningsskref

1. Þvoið kervel og basil, hristið þurrt og saxið gróft. Rífið parmesan. Afhýðið og skerið skalottlaukana í smátt.
2. Þeytið eggin með crème fraiche, parmesan, kervel og helmingnum af basilíkunni. Bræðið smjörið á ofnfastri pönnu, steikið skalottlaukana í því, hellið eggjunum út í og myljið fetaostinn yfir.
3. Bakið í forhituðum ofni við 200°C í um það bil 10 mínútur þar til þær eru gullinbrúnar. Takið úr ofninum, kryddið með salti, pipar og berið fram með basilíkunni sem eftir er yfir.

20. Ostaeggjakaka

- Heildartími 30 mín,
- þjóna 4

hráefni

- 10 egg
- 50 ml þeyttur rjómi
- 100 g rifinn Emmentaler
- salt
- hvítur pipar
- 250 g gorgonzola
- 4 msk jurtaolía

Undirbúningsskref

1. Þeytið eggin með rjómanum og Emmentaler. Kryddið með smá salti og pipar.
2. Skerið Gorgonzola í teninga og setjið til hliðar. Hitið 1 matskeið af olíu á pönnu og bætið um 1/4 af eggjablöndunni út í.
3. Látið stífna við lágan hita í 2 mínútur, setjið svo 1/4 af Gorgonzola í miðjuna og brjótið eggjakökuna saman til hægri og vinstri.
4. Steikið í 2 mínútur í viðbót, þar til Gorgonzola er fljótandi og eggjakakan er gullinbrún. Bakið allar 4 eggjakökurnar svona og berið fram.

21. Frittata með hangikjöti og feta

- Undirbúningur: 20 mín
- elda á 34 mín
- skammtar 4

hráefni

- 8 egg
- 600 g
- soðnar kartöflur
- 1 rótarblaðlaukur
- 100 g soðin skinka
- 1 rauð paprika
- 75 g rifinn pecorino
- salt

- Pipar úr kvörninni
- 2 matskeiðar ólífuolía

Undirbúningsskref

1. Hitið ofninn í 180°C blástursofn.
2. Þeytið eggin. Flysjið kartöflurnar og skerið í litla teninga. Þvoið og hreinsið blaðlaukinn og skerið í fína hringa. Skerið skinkuna í fína strimla. Þvoið, helmingið, kjarnhreinsið og skerið paprikuna í teninga. Blandið eggjunum saman við pecorino, kartöflur, blaðlauk, papriku og skinku. Kryddið með salti og pipar. Hitið olíuna á ofnfastri pönnu, bætið eggjablöndunni út í, steikið í 1-2 mínútur og bakið í ofni í um 12 mínútur þar til þær eru gullinbrúnar.

22. Tortilla með spínati

- Undirbúningur: 25 mín
- elda á 40 mín
- skammtar 4

hráefni

- 350 g spínatblöð
- salt
- 1 rauð paprika
- 1 grænmetislaukur
- 2 hvítlauksrif
- 50 g möndlukjarna
- 5 egg
- 100 ml sódavatn
- pipar

- Múskat
- 15 g ghee (hreinsað smjör; 1 msk)

Undirbúningsskref

1. Þvoið spínat, þurkið, blanchið í sjóðandi söltu vatni í 1 mínútu. Hellið af, slökkt með kulda, þrýst vel.
2. Þvoið, hreinsið og skerið paprikuna í teninga.
3. Afhýðið lauk og hvítlauk og saxið smátt. Saxið möndlurnar gróft.
4. Þeytið egg með sódavatni, kryddið með salti, pipar og nýrifnum múskat.
5. Bræðið ghee í hárri, ofnheldri pönnu. Steikið laukinn og hvítlaukinn við meðalhita í 1-2 mínútur þar til hann er hálfgagnsær. Bætið paprikunni og spínatinu út í og hellið eggjablöndunni yfir. Bætið möndlunum út í og látið stífna í 2 mínútur.
6. Bakið tortilluna í forhituðum ofni við 200°C í 10-15 mínútur þar til hún er gullinbrún.
7. Takið út og berið fram skorið í bita.

23. Eggjakaka með lauk og ólífum

- Undirbúningur: 20 mín
- skammtar 4

hráefni

- 5 stór egg
- 5 msk mjólk
- salt
- nýmalaður pipar
- 2 msk rifinn parmesan
- 2 msk söxuð basilíka
- 4 msk smátt saxaðar ólífur

- 1 rauðlaukur
- 2 matskeiðar ólífuolía

Undirbúningsskref

1. Blandið eggjum saman við mjólk, salti, pipar, parmesan og basil. Afhýðið laukinn og skerið í fína strimla.
2. Hitið ólífuolíuna varlega á stórri pönnu. Steikið laukinn og ólífurnar varlega í því. Salt og pipar. Hellið eggjunum út í og dreifið þeim jafnt á pönnuna. Látið stífna við vægan hita. Snúðu eggjakökunni og láttu hina hliðina stífna líka. Berið fram upprúllað og volgt.

24. Spænsk kartöflutortilla

- Undirbúningur: 45 mín
- skammtar 6

hráefni

- 800 g aðallega vaxkenndar kartöflur
- 2 vorlaukar
- 1 hvítlauksgeiri
- 3 msk baunir (frystar)
- 8 egg
- salt
- cayenne pipar

- jurtaolía til steikingar

Undirbúningsskref

1. Flysjið kartöflurnar og skerið í 3 mm þykkar sneiðar. Hreinsið og þvoið vorlaukinn og skerið í skálaga hringa með fíngerðu grænu. Afhýðið hvítlaukinn og skerið í fína strimla.
2. Hitið olíuna í 2-3 cm hæð í ofnheldri pönnu með hárri brún. Það er nógu heitt þegar loftbólur koma upp úr tréskeiðarskafti sem þú heldur í því.
3. Nuddaðu kartöflurnar með eldhúsþurrku og settu í heita olíuna. Steikið við meðalhita í 7-8 mínútur, snúið öðru hverju.
4. Í millitíðinni þeytið eggin létt í stórri skál en þeytið þau ekki fyrr en þau eru froðukennd og kryddið með ögn af salti og cayenne pipar hvort um sig.
5. Bætið vorlauknum og, ef vill, hvítlauknum út í kartöflurnar og steikið í 2 mínútur. Tæmdu kartöflurnar í gegnum sigti, safnaðu olíunni saman (hægt að endurnýta), tæmdu vel og kryddaðu með salti.
6. Hitið 2 matskeiðar af olíunni sem safnað er á pönnuna. Blandið kartöflunum og baunum saman við þeyttu eggin, hellið blöndunni í

heita olíuna og steikið við háan hita í 2 mínútur. Takið af hitanum, hyljið með álpappír og eldið í forhituðum ofni við 200°C í u.þ.b. 25-30 mínútur, þar til allt eggið er kekkt.
7. Berið fram heitt.

25. Eggjakaka fyllt með fetaost

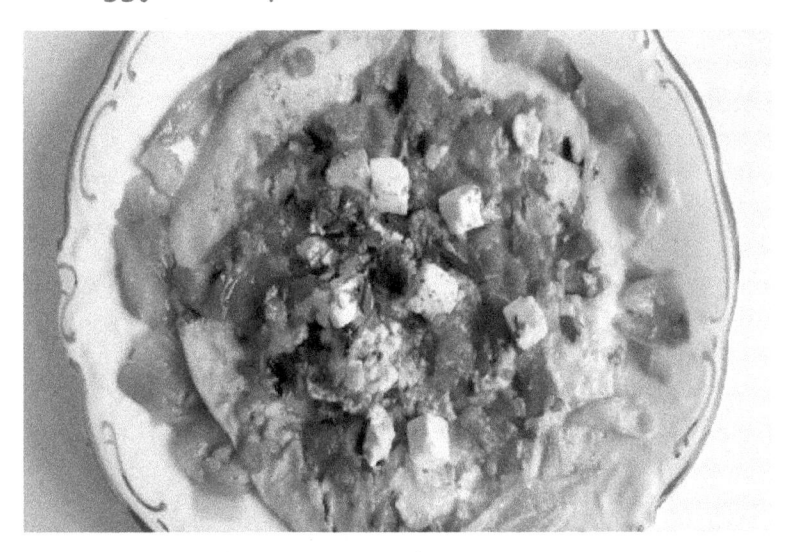

- Undirbúningur: 40 mín
- skammtar 2

hráefni

- 1 skalottlaukur
- 4 egg
- salt
- pipar úr kvörninni
- 4 msk creme fraiche ostur
- 2 tsk sinnep
- 2 tsk sítrónusafi
- 2 msk smátt söxuð basilíka
- 2 matskeiðar smjör
- 100 g

- feta
- basil

Undirbúningsskref

1. Afhýðið og saxið skalottlaukur smátt. Aðskilja egg. Þeytið eggjahvíturnar með smá salti þar til þær eru stífar. Þeytið eggjarauður með 2 msk af creme fraiche, sinnepi, sítrónusafa og fínsöxuðu basilíkunni. Kryddið með salti og pipar, blandið eggjahvítunum lauslega saman við.
2. Bræðið helminginn af smjörinu á pönnu sem festist ekki. Bætið helmingnum af skalottlaukanum út í og steikið. Bætið helmingnum af eggjakökublöndunni út í og eldið í 6-8 mínútur þar til undirhliðin er gullinbrún og yfirborðið þykknar á meðan það er þakið pönnunni. Dragðu síðan pönnuna af hellunni.
3. Smyrjið 1 msk creme fraiche á eggjakökuna og setjið helminginn af mulnu fetaostinum yfir, kryddið með salti og pipar og brjótið eggjakökuna saman með hjálp spaða.
4. Bakið seinni eggjakökuna á sama hátt (mögulega á annarri pönnu).

5. Setjið eggjakökur á diska og berið fram skreyttar með basil.

26. Kúskússalat með jarðarberjum

- Undirbúningur: 35 mín
- skammtar 4

hráefni

- 250 g heilkornskúskús (instant)
- 40 g rúsínur
- salt
- 150 g silkitófú
- 1 msk sojadrykkur (sojamjólk)
- 1 tsk gerflögur

- 1 msk kjúklingabaunamjöl
- 1 tsk tahini
- 1 klípa af túrmerik
- 4 msk ólífuolía
- 150 g jarðarber
- 40 g raketta (1 handfylli)
- 1 stilkur mynta
- 2 matskeiðar lime safi
- 1 tsk hunang
- pipar
- 1 msk flögaðar möndlur

Undirbúningsskref

1. Blandið kúskúsinu saman við rúsínurnar og eldið í söltu vatni samkvæmt leiðbeiningum á pakkanum.
2. Í millitíðinni, fyrir eggjakökulengdirnar, blandið silkitófúinu í skál saman við sojadrykkinn, gerflögur, kjúklingabaunamjöl, tahinimauk, túrmerik og klípu af salti. Hitið 1 matskeið af olíu á pönnu, bætið blöndunni út í og steikið við meðalhita í um 1-2 mínútur þar til þær eru gullinbrúnar. Snúið við og steikið í 1-2 mínútur í viðbót þar til þær eru gullinbrúnar. Takið af pönnunni, látið kólna aðeins og skerið í fína strimla.

3. Þvoið, hreinsið og skerið jarðarberin í sneiðar. Þvoið og hreinsið rakettu, þurkið og rífið í hæfilega stóra bita. Þvoið myntuna, hristið þurrt og takið blöðin af.
4. Fyrir dressinguna, blandið limesafa saman við hunang og olíuna sem eftir er og kryddið með salti og pipar. Hreinsið kúskúsið með gaffli og blandið saman við dressinguna.
5. Dreifið kúskúsinu á fat, toppið með jarðarberjum og roket, og eggjaköku og myntu. Stráið möndlum yfir.

27. Þangeggjakaka

- Undirbúningur: 15 mínútur
- elda á 20 mín
- skammtar 4

hráefni

- 12 egg
- 50 ml mjólk (3,5% fita)
- salt
- Pipar úr kvörninni
- 1 matskeið smjör
- 2 blöð nori þang

Undirbúningsskref

1. Þeytið egg með mjólk og kryddið með salti og pipar. Steikið alls 4 mjög þunnar eggjakökur hver á eftir annarri. Til að gera þetta skaltu hita smá smjör á húðuðu pönnu. Bætið fjórðungi af eggja-mjólkurblöndunni út í og steikið í 2-3 mínútur við meðalhita. Notaðu líka afganginn af eggja- og mjólkurblöndunni.
2. Smyrjið matarfilmu á vinnuborðið og leggið eggjakökurnar ofan á, sem skarast aðeins, í rétthyrning. Skerið þangblöðin að stærð með skærum og hyljið eggjakökurnar með þeim. Hyljið með matarfilmu, þrýstið létt á og látið standa í 5 mínútur.
3. Takið hlífina af og pakkið þörungaeggjakökunum þétt inn í rúllu með því að nota álpappírinn. Skerið þörungaklippuna sem eftir er í þunnar ræmur. Skerið þörungaeggjakökurúlluna í sneiðar, dreifið á diska og skreytið með þörungastrimlum.

28. Eggjakaka með spínati og aspas

- Undirbúningur: 45 mín
- skammtar 4

hráefni

- 250 g grænn aspas
- ½ lífræn sítróna
- 2 matskeiðar ólífuolía
- 100 ml grænmetissoð
- salt
- pipar
- 125 g fersk spínatblöð
- 8 egg

- 150 ml mjólk (1,5% fita)
- 20 g parmesan (1 stykki; 30% fita í þurrefni)
- 200 g gróft brauð (4 sneiðar)

Undirbúningsskref

1. Afhýðið aspasinn í neðri þriðjungi og skerið viðarendana af. Skolið sítrónuna helminginn með heitu vatni, nuddið þurrt, nuddið berkina og kreistið safann.
2. Hitið olíu á pönnu. Steikið aspasinn við meðalhita í 2-3 mínútur. Skreytið með sítrónusafa og seyði, kryddið með salti og pipar og eldið undir loki við vægan hita í 5 mínútur þar til al dente. Takið síðan lokið af pönnunni og látið vökvann gufa upp.
3. Í millitíðinni skaltu þrífa og þvo spínatið og hrista það þurrt. Þeytið eggin með mjólkinni. Kryddið með salti, pipar og sítrónuberki.
4. Penslið húðaða pönnu með 1/2 tsk af olíu. Bætið 1/4 af eggjablöndunni út í og hrærið til að dreifa henni jafnt. Toppið með 1/4 af aspasnum og spínatinu. Eldið eggjakökuna við meðalhita í 5-6 mínútur og látið hana brúnast létt. Haldið heitt í forhituðum ofni við 80°C.
5. Bakið 3 eggjakökur til viðbótar af restinni af eggjablöndunni á sama hátt og haldið þeim

heitum. Rífið parmesan fínt. Brjótið eggjakökuna saman, stráið osti yfir og berið fram með brauðinu.

29. Beikoneggjakaka

- Undirbúningur: 30 mín
- elda á 45 mín
- skammtar 4

hráefni

- 150 g morgunverðarbeikon
- 8 egg
- 8 msk mjólk
- smjör til steikingar
- 1 msk nýsöxuð steinselja
- 1 msk graslauksrúllur

- Pipar úr kvörninni

Undirbúningsskref

1. Skerið beikonið í breiðar ræmur, látið liggja á heitri pönnu, steikið þar til það verður stökkt, takið út og látið renna af á pappírshandklæði.
2. Opnið 2 egg í skál og blandið vel saman við 2 matskeiðar af mjólk með þeytara. Penslið heita pönnu með smá smjöri og hellið eggjablöndunni út í. Hrærið við vægan hita með spaða þar til eggið fer að þykkna. Ef það er rakt og glansandi á yfirborðinu, hyljið með smá beikoni, stráið steinselju og graslauk yfir, piprið, blandið saman og berið fram.

30. Kúrbít og pipar tortilla

- Undirbúningur: 30 mín
- elda á 50 mín
- skammtar 4

hráefni

- 1 kúrbít
- salt
- 2 rauðar paprikur
- 2 vorlaukar
- 1 handfylli af basil
- 1 hvítlauksgeiri

- 2 matskeiðar ólífuolía
- Pipar úr kvörninni
- 6 egg
- 4 matskeiðar þeyttur rjómi
- 50 g nýrifinn ostur

Undirbúningsskref

1. Hitið ofninn í 200°C yfirhita
2. Þvoið og hreinsið kúrbítinn, skerið langsum og þversum í stangir. Saltið og látið vatnið malla í um það bil 10 mínútur. Þurrkaðu síðan. Þvoið paprikuna, skerið í tvennt, hreinsið og skerið í teninga. Þvoið og hreinsið vorlaukinn og skerið á ská í hringa. Þvoið basilíkuna, hristið þurrt og saxið blöðin gróft. Afhýðið hvítlaukinn og skerið í fína strimla. Steikið með papriku og vorlauk í heitri olíu á stórri pönnu í 1-2 mínútur. Bætið kúrbítsstöngunum út í og steikið í 1-2 mínútur. Kryddið með salti og pipar. Stráið basil yfir. Þeytið egg með rjóma og hellið yfir grænmetið. Látið bakast í stutta stund og stráið ostinum yfir. Bakið í ofni í 10-15 mínútur þar til gullinbrúnt er og látið stífna.

31. Ítalsk eggjakaka með baunum

- Undirbúningur: 30 mín
- elda á 55 mín
- skammtar 4

hráefni

- 1 skalottlaukur
- 1 hvítlaukur
- 40 g raketta (0,5 búnt)
- 500 g frosnar baunir
- 7 egg
- 150 ml þeyttur rjómi
- salt

- pipar
- 1 msk ólífuolía

Undirbúningsskref

1. Afhýðið og saxið skalottlaukur og hvítlauk smátt. Þvoið rakettan, flokkað og hristið þurrt. Látið baunirnar þiðna.
2. Þeytið eggin í skál og þeytið þau gróflega saman við rjómann, kryddið með salti og pipar. Hitið olíuna á ofnfastri pönnu og steikið skalottlaukana og hvítlaukinn við meðalhita þar til hann verður gegnsær. Blandið baunum saman við og steikið í stutta stund. Bætið eggjunum út í og látið stífna í stutta stund. Setjið pönnuna inn í 200° heitan ofn og bakið í 15-20 mínútur þar til það er gullið. Takið út og berið fram, skerið í bita og skreytt með raket.

32. Kartöflueggjakaka að spænskum stíl

- Undirbúningur: 40 mín
- skammtar 4

hráefni

- 600 g kartöflur
- 1 rauð paprika
- 1 gul paprika
- 1 græn paprika
- 1 smátt saxaður chilipipar
- 200 g spínat
- 8 egg
- 1 laukur
- 2 hvítlauksrif

- ólífuolía
- salt
- Pipar úr kvörninni

Undirbúningsskref

1. Flysjið og skerið kartöflurnar í teninga. Steikið rólega á stórri pönnu með mikilli ólífuolíu í u.þ.b. 15 mínútur, snúið öðru hverju. Þú ættir ekki að taka málningu.
2. Á meðan, þvoið, helmingið, hreinsið og skerið paprikuna í teninga.
3. Afhýðið lauk og hvítlauk og saxið smátt.
4. Þvoið, hreinsið og hvítið spínatið í stutta stund í sjóðandi söltu vatni. Slökkvið, kreistið og saxið.
5. Taktu kartöflurnar af pönnunni og fjarlægðu umfram olíu. Sveittu bara laukinn, hvítlaukinn, chilli, spínat og papriku í smá olíu, fjarlægðu. Þeytið eggin, blandið saman við steikta grænmetið, kryddið með salti, pipar og bætið á pönnuna. Látið hefast rólega í um 5-6 mínútur. Snúið svo tortillunni með hjálp disks og steikið hina hliðina þar til hún er gullinbrún. Berið fram kalt eða heitt, skorið í bita.

33. Ostaeggjakaka

- Undirbúningur: 15 mínútur
- elda á 22 mín
- þjóna 1

hráefni

- 3 egg
- 2 matskeiðar þeyttur rjómi
- salt pipar úr myllunni
- 1 vorlaukur
- 1 rauð oddhvass paprika
- 1 matskeið smjör
- 2 msk rifinn ostur zb cheddar

Undirbúningsskref

1. Hitið ofninn í 220°C yfirhita. Blandið eggjunum saman við rjómann og kryddið með salti og pipar. Þvoið og hreinsið vorlaukinn og skerið í fína hringa. Þvoið paprikuna, skerið í tvennt, hreinsið og skerið í teninga.
2. Setjið smjörið á heita pönnu og hellið egginu út í. Stráið vorlauknum og paprikunni yfir og látið hefast í 1-2 mínútur og bakið þar til hann er gullinbrúnn. Rúllið upp og stráið osti yfir. Bakað í ofni í um 5 mínútur þar til gullinbrúnt.

34. Tómateggjakaka með kindaosti

- Undirbúningur: 20 mín
- skammtar 4

hráefni

- 8 egg
- 100 ml þeyttur rjómi
- 3 tómatar
- 1 matskeið smjör
- 200 g feta í teninga
- salt
- Pipar úr kvörninni
- nýrifinn múskat

- 2 msk söxuð basilíka til skrauts

Undirbúningsskref

1. Þeytið eggin með rjómanum og kryddið með salti, pipar og múskat. the
2. Þvoið og skerið tómatana í fjórða, fjarlægið fræin og skerið í litla teninga. Svitið létt í heitu smjörinu, bætið feta teningnum út í og hellið eggjunum yfir. Hrærið þar til eggjakakan fer að staðna. Lokið síðan og látið standa við vægan hita í um það bil 2 mínútur. Skerið eggjakökuna í fjórða hluta og raðið á diska. Berið fram með basil yfir.

35. Eggjakaka með feta og grænmeti

- Undirbúningur: 30 mín
- elda á 55 mín
- skammtar 4

hráefni

- 200 g maísdós
- 1 veitingahús
- 2 kúrbít
- 300 g kirsuberjatómatar
- 1 hvítlauksgeiri
- 4 msk ólífuolía
- salt
- Pipar úr kvörninni
- 1 tsk þurrkað oregano

- 7 egg
- 100 ml mjólk
- 200 g feta
- Basil til skrauts

Undirbúningsskref
1. Þvoið og hreinsið grænmetið. Hellið maísnum yfir sigti. Þvoið og hreinsið eggaldinið og kúrbítið og skerið í teninga. Þvoið og helmingið tómatana líka. Afhýðið hvítlaukinn og skerið í fínar sneiðar. Hitið 2 matskeiðar á pönnu, steikið hvítlauk, eggaldin, kúrbít og maís, steikið áfram í um 4 mínútur, hrærið í. Bætið svo tómötunum út í. Kryddið grænmetisblönduna með salti, pipar, oregano og ediki og takið hana af hellunni.
2. Þeytið eggin með mjólkinni, salti og pipar. Hitið afganginn af olíunni á pönnu. Hellið 1/4 af eggjablöndunni út í og látið renna jafnt með því að snúa og halla pönnunni aðeins. Steikið þar til gullið er á báðum hliðum. Setjið eina eggjaköku á hvern disk, hyljið helminginn með grænmetisblöndunni, blandið saman við og stráið feta flögum yfir. Berið fram skreytt með basil.

36. Frittata með kúrbít

- Undirbúningur: 10 mín
- elda á 28 mín
- skammtar 4

hráefni

- 2 kúrbít
- 1 hvítlauksgeiri
- 1 msk nýsaxað timjan
- 2 matskeiðar ólífuolía
- salt
- Pipar úr kvörninni
- 5 egg
- 50 ml þeyttur rjómi
- 50 g rifinn parmesan

Undirbúningsskref

1. Þvoið, hreinsið og skerið kúrbítinn í sneiðar. Afhýðið hvítlaukinn og skerið í fínar sneiðar. Blandið kúrbít saman við timjanlauf og hvítlauk og steikið í heitri olíu á pönnu í 2-3 mínútur, kryddið með salti og pipar. Hellið vökvanum sem myndast af.
2. Þeytið eggin með rjómanum, kryddið með salti og pipar, hellið kúrbítnum yfir og setjið lok á og látið standa í 8-10 mínútur við vægan hita. Snúið svo frittatunni með hjálp stórrar plötu, stráið parmesan yfir og setjið lok á og bakið í 3-5 mínútur.
3. Skerið í litla ferninga til að bera fram.

37. Eggjakaka með blaðlauk og beikoni

- Undirbúningur: 50 mín
- skammtar 4

hráefni

- 150 g hveiti
- 2 egg
- 250 ml mjólk
- 2 tsk olía
- olía til steikingar
- Fyrir fyllinguna
- 75 g fínt rifinn gouda

- 500 g blaðlaukur hvítur og ljósgrænn, þveginn og hreinsaður
- 75 g morgunverðarbeikon smátt skorið
- salt
- Pipar úr kvörninni
- 4 msk creme fraiche ostur

Undirbúningsskref

1. Blandið hveitinu saman við eggið, mjólkina, olíuna og saltið fyrir deigið og látið liggja í bleyti í u.þ.b. 30 mínútur. Hrærið svo 25 g af Gouda osti saman við.
2. Skerið blaðlaukinn í þunna hringa. Steikið beikonið á pönnu, bætið svo blaðlauknum út í og steikið undir lok í u.þ.b. 8-12 mínútur. Kryddið eftir smekk með salti, pipar og creme fraiche,
3. Steikið 4 eggjaköku úr deiginu í olíu, fyllið með blaðlauksblöndunni, stráið restinni af ostinum yfir og brjótið saman.
4. Bakið í ofni við 220°C í ca. 5 mínútur, berið fram heitt.

38. Mangó eggjakaka

- Undirbúningur: 45 mín
- skammtar 4

hráefni

- 2 þroskuð mangó
- 1 lífræn sítróna
- 2 msk sykur
- 8 egg
- salt
- 4 matskeiðar hveiti
- smjöri

Undirbúningsskref

1. Flysjið mangóið, skerið kvoða úr steininum á báðum hliðum og skerið í fínar sneiðar. Nuddaðu börkinn af sítrónunni og kreistu safann úr.
2. Skiljið eggin að og þeytið eggjahvíturnar þar til þær eru stífar. Blandið eggjarauðunum saman við sykur, sítrónuberki, dágóða klípu af salti og hveiti þar til það verður rjómakennt. Hrærið eggjahvítunum saman við með þeytara.
3. Hitaðu á meðan smá smjör á lítilli pönnu. Hellið deiginu á pönnuna með lítilli sleif (td sósuskeið) og hyljið mangósneiðarnar. Setjið lok á og steikið í um 2-3 mínútur við vægan hita þar til þær eru gullnar, snúið einu sinni og steikið í um 1 mínútu, lyftið svo upp úr og haldið heitu. Bakið 8 litlar eggjakökur hver á eftir annarri

39. Paprika og kartöflu tortilla

- Undirbúningur: 35 mín
- elda á 1 klst 35 mín
- skammtar 4

hráefni

- 700 g aðallega vaxkenndar kartöflur
- salt
- 3 rauðar paprikur
- 1 grænmetislaukur
- 2 hvítlauksrif
- 6 egg

- 200 ml þeyttur rjómi að minnsta kosti 30% fituinnihald
- 300 ml mjólk
- 100 g nýrifinn parmesan
- Pipar úr kvörninni
- Múskat
- 2 msk jurtaolía
- fita fyrir formið

Undirbúningsskref

1. Þvoið kartöflur og eldið í söltu sjóðandi vatni í 20-25 mínútur. Tæmið, skolið með köldu vatni, afhýðið og látið kólna. Hitið ofninn í 180°C yfir- og undirhita.
2. Þvoið paprikuna, skerið í tvennt, fjarlægið kjarnann, helmingið lárétt og skerið í breiðar strimla. Því næst afhýðið og saxið laukinn og hvítlaukinn smátt.
3. Þeytið egg með rjóma, mjólk og osti og kryddið með salti, pipar og múskat. Skerið kartöflurnar í 0,5 cm þykkar sneiðar og steikið þær á heitri pönnu með olíu þar til þær eru gullinbrúnar. Bætið við lauk og hvítlauks teningum, steikið í stutta stund og setjið í smurt eldfast mót með piparstrimlunum.

4. Hellið eggjakreminu yfir þar til allt er vel þakið og bakið í forhituðum ofni í 30-35 mínútur þar til hann er gullinbrúnn. Takið út, takið úr forminu, skerið í 4x4 cm teninga og berið fram með tréstaf.

40. Eggjakaka með kúrbít

- Undirbúningur: 25 mín
- skammtar 4

hráefni

- 10 egg
- 50 ml hafradrykkur (hafrarmjólk)
- 2 msk nýskorin basilíka
- salt
- pipar
- 2 kúrbít
- 250 g kirsuberjatómatar
- 2 matskeiðar ólífuolía

Undirbúningsskref

1. Þeytið eggin með hafradrykknum og basilíkunni. Kryddið með salti og pipar.
2. Þvoið, hreinsið og skerið kúrbítinn í bita. Þvoið og helmingið tómatana. Blandið grænmetinu lauslega saman, kryddið með salti, pipar og steikið í 1/4 mínútu hvort í senn í smá heitri olíu. Hellið 1/4 af eggjunum yfir hvert, blandið saman við og steikið í 4-5 mínútur þar til þær eru gullinbrúnar og látið stífna. Bakið allar 4 eggjakökurnar á þennan hátt og berið fram.

41. Eggjakaka með grænmeti, brauðteningum og tofu

- undirbúningur 30 mínútur
- skammtar 2

Hráefni:

- 250 g af silkimjúku tofu
- 6 tómatar
- 4 sneiðar af hveitibrauði
- 2 rauðar sætar paprikur
- 2 matskeiðar af skýru smjöri
- 1 matskeið af fínt rifnum parmesanosti
- fullt af grænum graslauk

- salt
- malaður svartur pipar
- græn steinselja

undirbúningur:

1. Þvoið allt grænmeti og grænmeti og hellið úr vatninu. Skerið tómatana í litla bita. Fjarlægðu fræin af paprikunni og skerðu hana í litla teninga. Skerið graslaukinn og græna steinseljuna smátt. Brjótið eggin í bolla, blandið þeim saman við klípu af salti, pipar og rifnum parmesanosti og hellið þeim á heita pönnu án fitu. Steikið allt á báðum hliðum þar til eggin eru alveg stíf. Takið síðan af pönnunni og setjið á disk.
2. Skerið tófúið í teninga og brúnið það létt í 1 matskeið af skýru smjöri á pönnu. Eftir brúnun, takið hana af pönnunni og setjið á eggjakökuna á disk. Bætið svo söxuðu grænmeti út í og stráið öllu saxuðum graslauk og grænni steinselju yfir. Brúnaðu því næst hveitibrauðsneiðarnar í afganginum af skýra smjörinu á pönnunni, fjarlægðu þær og bætið í réttinn.

42. Snarl með skinku og eggjaköku

- undirbúningur allt að 30 mínútur
- skammtar 2

Hráefni:

- 200 g skinka í sneiðum
- 4 egg
- 2 matskeiðar af mjólk
- 1 matskeið af hveiti
- salt
- malaður svartur pipar
- höfuð af Shaggy salati

undirbúningur:

1. Skiptið kálinu í blöð, þvoið þau vandlega, tæmdu þau úr vatninu og settu þau á bakka. Brjótið eggin í bolla, bætið við hveiti, smá salti og pipar, bætið mjólkinni út í og þeytið allt með gaffli.
2. Hellið því svo á heita pönnu án fitu og steikið á báðum hliðum þar til eggin eru orðin alveg fast, takið það svo af hitanum. Setjið steiktu eggjakökuna í skinkusneiðar, vefjið henni inn í rúllur, setjið á salatblöðin og festið með litlum tannstönglum.

43. Grænmetiseggjakaka

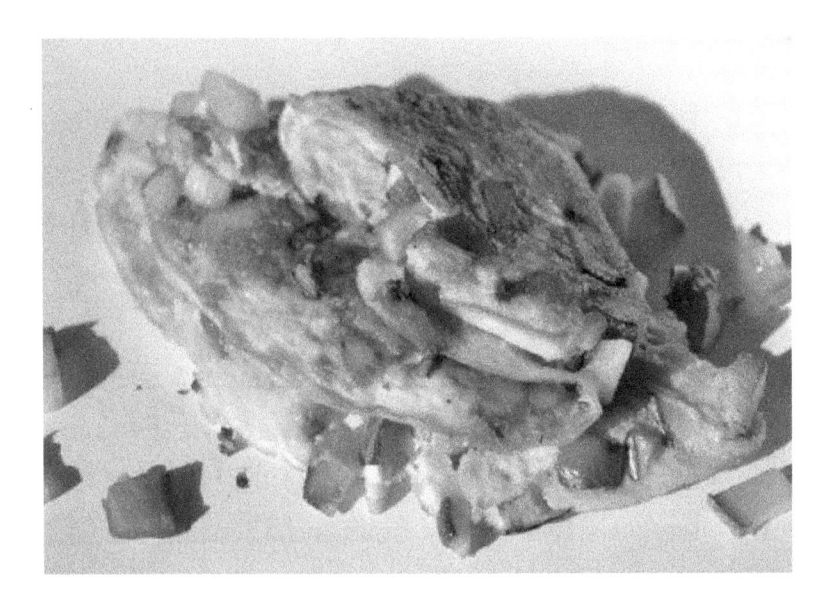

- undirbúningur: 30-60 mínútur
- skammtar 2

Hráefni:

- 6 egg
- 1 rauð sæt paprika
- 1 græn sæt paprika
- 1 rauðlaukur
- 1 brokkolí
- 1 matskeið af hveiti
- 0,5 bollar mjólk 2%
- salt

- malaður svartur pipar

undirbúningur:

1. Þvoið allt grænmetið og hellið úr vatninu. Fjarlægðu fræin af rauðu og grænu paprikunni og skerðu í litla bita. Flysjið rauðlaukinn og skerið hann í þunnar sneiðar.
2. Skiptið spergilkálinu í blómabáta, setjið í pott, hellið léttsöltu vatni svo það stingist ekki út og eldið þar til það er mjúkt. Eftir að spergilkálið hefur verið soðið, tæmdu það.
3. Þeytið síðan eggin í bolla, hellið mjólkinni út í þau, bætið hveitinu út í, smá salti og pipar og þeytið þau vandlega með þeytara og hellið þeim síðan í hitaþolið fat.
4. Bætið við öllu áður saxuðu grænmetinu og soðnu spergilkálinu. Setjið allt í ofn sem er hitaður í 175°C og bakið þar til grænmetið er meyrt.
5. Eftir bakstur, takið úr ofninum og kælið aðeins.

44. Eggjakaka með ávöxtum

- undirbúningur: allt að 30 mínútur
- skammtar 2

Hráefni:

- 6 egg
- 1 tsk af hveiti
- 0,5 bollar mjólk 2%
- salt
- fullt af graslauk

Ávextir:

- 6 bananar

- 1 bolli af bláberjum

undirbúningur:

1. Þvoið banana og ber og skolið úr vatni. Fjarlægðu endana á bananunum, afhýðið þá, skerið holdið í þunnar sneiðar og setjið á disk.

Útbúið eggjaköku:

2. brjótið eggin í bolla, hellið mjólkinni út í, bætið hveitinu út í, smá salti og smátt saxaðan graslauk. Blandið öllu vel saman með gaffli, hellið því svo á heita pönnu án fitu og steikið við meðalhita þar til eggin eru alveg stíf. Takið svo af hellunni og bætið við bananana á disknum. Stráið öllu yfir bláberjum.

45. Eggaldin eggjakaka

- undirbúningur allt að 30 mínútur
- skammtar 2

Hráefni:

- 4 egg
- 4 matskeiðar af olíu
- 2 eggaldin
- 2 tómatar
- 2 hvítlauksgeirar
- 2 lime
- 1 laukur
- salt

- malaður svartur pipar

undirbúningur:

1. Þvoið grænmetið og hellið vatninu af. Eggaldin skorið í 1 cm þykkar sneiðar. Skerið tómatana í litla bita. Flysjið laukinn með hvítlauk af hýðinu og saxið smátt. Brjótið eggin í skál og þeytið þau með gaffli með smá salti og möluðum svörtum pipar. Setjið sneið eggaldin á heita pönnu með 1 matskeið af olíu og steikið við meðalhita þar til þau eru gullinbrún. Takið þá síðan af eldinum og slípið húðina af þeim. Bætið söxuðum tómötum, lauk og hvítlauk við þeytt eggin og blandið vel saman. Hitið síðan olíuna sem eftir er á pönnu og bætið roðsteiktu eggaldinunum út í. Hellið öllu yfir blönduð egg og grænmeti. Steikið allt á báðum hliðum þar til það er gullinbrúnt og eftir steikingu er það tekið af hitanum og sett á disk.

46. Omelett með ostrum

- undirbúningur 30-60 mínútur
- skammtar 4

Hráefni:

- 300 g af frosnum ostrum
- 200 ml af heitri chilisósu
- 3 matskeiðar af olíu
- 2 hvítlauksgeirar
- 2 bananablöð
- 5 egg
- 0,5 bollar mjólk 2%

- græn steinselja
- salt
- malaður svartur pipar

undirbúningur:

1. Þvoið grænu steinseljuna og bananalaufin og tæmdu vatnið. Setjið bananablöðin á disk. Þiðið ostrurnar, skerið skeljarnar af og fjarlægið óætu hlutana. Skrælið síðan hvítlaukinn af hýðinu, saxið hann smátt og steikið hann í heitri olíu á pönnu.
2. Bætið ostrunum skornum í bita út í hvítlaukinn. Steikið þær við meðalhita þar til þær eru orðnar létt gylltar. Þeytið síðan eggin í bolla, þeytið þau með gaffli með mjólk, klípu af salti, möluðum svörtum pipar og hellið þeim í steiktu ostrurnar. Blandið öllu vel saman og steikið þar til eggin eru alveg stíf. Taktu síðan allt af eldinum og settu það í bananablað á disk. Stráið tilbúnum réttinum grænni steinselju yfir og berið fram með chilisósunni.

47. Hrísgrjón með eggjaköku, beikoni og sígó

- undirbúningur 30-60 mínútur
- skammtar 4

Hráefni:

- 25 g af reyktum beikonsneiðum
- 3 egg
- 3 matskeiðar af olíu
- 1 bolli klístrað hrísgrjón
- 1 lítið por
- 1 rauð sígóría
- 1 matskeið af mjólk

- 1 matskeið af hveiti
- salt
- pipar

undirbúningur:

1. Þvoið grænmetið og hellið vatninu frá. Skerið síðan blaðlaukinn í litla bita.
2. Skerið síkóríuna í þunnar sneiðar. Látið beikonsneiðarnar fjórar vera heilar og skerið afganginn í teninga. Skolið hrísgrjónin undir rennandi vatni, hellið þeim í pott, hellið tveimur glösum af léttsöltu vatni, sjóðið laust og látið gufa upp.
3. Brjótið eggin í skál, hellið mjólk í þau, bætið hveiti út í, smá salti og pipar og þeytið með gaffli. Hellið þeyttu hráefnunum í 1 matskeið af heitri olíu á pönnu og steikið þar til það er stíft.
4. Takið þær síðan af hellunni, skerið þær í litla bita og blandið saman við soðin hrísgrjón.
5. Hitið svo olíuna sem eftir er á pönnu, bætið saxuðu beikoninu og blaðlauknum út í, kryddið með kryddi eftir smekk og steikið þar til kjötið er gullið.

6. Bætið svo blönduðu hrísgrjónunum og eggjakökunni út í, blandið aftur saman og steikið það undir loki í eina mínútu í viðbót.
7. Eftir þennan tíma er allt tekið af hellunni og sett á disk og beikonsneiðunum sem eftir eru bætt út í. Stráið öllu söxuðu sígó yfir.

48. Eggjakaka með baunum og skinku

Hráefni:

- 30 g af grænum baunum
- 25 g af sneiðum serrano skinku
- 3 matskeiðar af ólífuolíu
- 2 hvítlauksgeirar
- 2 matskeiðar af majónesi
- 1 tsk af möluðum sætum rauðum pipar
- 1 reyktur chilipipar
- fullt af graslauk, salt
- pipar
- salt

Fyrir eggjakökuna:

- 4 egg

- 2 matskeiðar af mjólk
- 1 matskeið af hveiti

undirbúningur:

1. Þvoið grænmetið og hellið vatninu frá. Skerið graslaukinn smátt. Fjarlægðu fræin af reyktu paprikunni og skerðu í litla bita. Fjarlægðu endana á baununum, settu þær í pott, helltu 1 lítra af léttsöltu vatni, eldið þar til þær eru mjúkar og látið renna af. Flysjið hvítlaukinn af hýðinu, skerið í litla teninga og steikið á 2 msk af heitri ólífuolíu á pönnu. Bætið söxuðum, fínreyktum chilipipar, skinkusneiðum og áður soðnum grænum baunum út í gljáðan hvítlaukinn. Steikið, þakið, í 1,5 mínútur við meðalhita.
2. Útbúið svo eggjakökuna: setjið eggin í pott, hellið mjólkinni út í, bætið hveitinu út í, smá salti, pipar og þeytið allt vel með gaffli. Hellið þeyttu hráefnunum yfir steikt hráefni á pönnunni. Steikið allt þar til eggin eru skorin. Tilbúið til að taka það af eldinum og setja í fatið.
3. Stráið öllu saxuðum graslauk yfir.

49. eggjaköku rúlla

Hráefni:

- 6 egg
- 5 matskeiðar af rjóma 12%
- 2 matskeiðar af hveiti
- 15 grömm af smjöri
- jurta kotasælu
- grænar baunir
- niðursoðinn maís
- 20 grömm af rifnum osti
- grænt dill eða steinselja
- salt
- pipar

undirbúningur:

1. Þeytið eggin með rifnum osti, rjóma og hveiti. Bætið salti við. Bræðið smjörið á pönnu og hellið þeyttum massanum út í. Steikið við háan hita á báðum hliðum, lyftið botninum með spaða til að koma í veg fyrir að hann brenni. Setjið tilbúna eggjakökuna á disk, penslið hana með kotasælu, stráið ertum, maís, pipar, hakkað dilli eða steinselju yfir. Rúllið því upp og skerið síðan í þykkar sneiðar. Berið fram heitt.

50. Svínaeggjakaka

- undirbúningur allt að 30 mínútur
- skammtar 2

Hráefni:

- 300 g af svínahakki
- 4 egg
- 2 matskeiðar af olíu
- 2 teskeiðar af dökkri sojasósu
- 2 tómatar
- 1 laukur
- 1 græn agúrka
- salt
- malaður svartur pipar

undirbúningur:

2. Þvoið tómata og gúrkur og skolið af vatni. Afhýðið gúrkuna, skerið hana síðan ásamt tómötunum í þunnar sneiðar og setjið á disk. Afhýðið laukinn, saxið hann smátt og steikið í heitri olíu á pönnu. Eftir glerjun er hakkinu bætt út í, sojasósunni hellt út í, hrært og steikt þar til kjötið verður dekkra. Þeytið síðan eggin í bolla, þeytið þau með gaffli með klípu af salti og pipar og hellið þeim yfir steikta kjötið með lauknum. Steikið allt þar til það er gullbrúnt á meðalhita á báðum hliðum. Eftir steikingu, fjarlægðu af hitanum og settu á disk með niðurskornu grænmeti.

51. Hrísgrjón og kjöt eggjakaka

- undirbúningur allt að 30 mínútur
- skammtar 2

Hráefni:

- 350 g af nautahakk og svínakjöti
- 200 g af hýðishrísgrjónum
- 150 g af maís í saltlegi
- 4 egg
- 3 matskeiðar af olíu
- 2 matskeiðar af kryddaðu tómatsósu
- 1 laukur
- 0,5 bollar mjólk 2%
- salt

- svartur pipar (malaður)

undirbúningur:

1. Takið maísið af saltvatninu. Skolið hrísgrjónin undir rennandi vatni, hellið þeim í pott, hellið 4 bollum af léttsöltu vatni og eldið þar til þau eru laus.
2. Eftir matreiðslu skaltu gufa upp. Afhýðið laukinn, saxið hann smátt og steikið í heitri olíu á pönnu. Bætið hakki út í gljáða laukinn, kryddið hann eftir smekk með klípu af salti, möluðum pipar, blandið vel saman og steikið þar til hann verður dekkri. Bætið síðan við áður soðnum hrísgrjónum og maísnum sem tæmd er af saltvatninu. Blandið öllu vandlega saman og steikið í 3 mínútur í viðbót við meðalhita, takið síðan af hitanum og setjið á disk.
3. Brjótið svo eggin í bolla, hellið mjólkinni í þau, bætið klípu af salti og þeytið vel með gaffli. Eftir þeytingu, hellið þeim á heita pönnu án fitu og eldið þar til þær eru orðnar stífar. Takið þær síðan af pönnunni og bætið við réttinn. Hellið sterkri tómatsósu yfir allt.

52. Blómkálseggjakaka

- undirbúningur allt að 30 mínútur
- skammtar 2

Hráefni:

- 6 egg
- 2 matskeiðar af rifnum Gouda osti
- 2 matskeiðar af smjöri
- 0,5 bollar mjólk 2%
- 1 stórt blómkál
- salt
- malaður svartur pipar

undirbúningur:

1. Þvoið blómkálið, skerið í blómkál, setjið í pott, bætið 1,5 lítra af léttsöltu vatni út í og eldið þar til það er mjúkt.
2. Eftir að blómkálið hefur verið soðið, hellið því af því og setjið það í heitt smjörið á pönnu. Bætið svo eggjunum í bolla, bætið rifnum Gouda osti út í, smá salti og pipar, hellið mjólkinni, þeytið gafflana vel og hellið svo öllu blómkálinu á pönnuna.
3. Steikið allt þar til það er gullbrúnt og berið tilbúna eggjakökuna fram volga.

53. Eggjakaka með ricotta og parmesanosti

Hráefni:

- 200 g af ricotta osti
- 2 matskeiðar af smjöri
- handfylli af ferskri basilíku
- salt
- nýmalaður pipar

eggjakaka:

- 5 egg
- 1 matskeið af hveiti
- 1 matskeið af rifnum parmesanosti
- 1 matskeið af mjólk

undirbúningur:

1. Þvoið basilíkuna og tæmdu vatnið. Bræðið smjörið á heitri pönnu. Bætið ricotta ostinum við brædda smjörið og steikið það í 1 mínútu við meðalhita.

Útbúið eggjaköku:

2. brjóta eggin í bolla og bæta við hveiti, rifnum parmesan og smá salti. Þeytið síðan hráefnin í krúsinni vel með gaffli og hellið þeim í steiktu hráefnin á pönnunni. Steikið allt, þakið, þar til eggin eru stíf. Takið svo allt af hellunni, skreytið með basil og stráið nýmöluðum pipar yfir.

54. Kartöflueggjakaka

- undirbúningur 30-60 mínútur
- skammtar 4

Hráefni:

- 6 egg
- 500 g af kartöflum
- 2 matskeiðar af smjöri
- 2 matskeiðar mjólk 2%
- 1 laukur
- 0,5 tsk af kartöflukryddi
- salt
- pipar

undirbúningur:

3. Skrúbbið kartöflurnar vandlega undir rennandi vatni, setjið þær í pott, hellið vatni svo þær standi ekki og eldið í jakkanum þar til þær eru mjúkar. Eftir matreiðslu skaltu tæma það og skera í þunnar sneiðar. Brjótið svo eggin í bolla, hellið mjólkinni í þau, bætið við smá salti og pipar og þeytið saman með gaffli. Afhýðið laukinn, skerið hann í litla teninga og brúnið hann í heitu smjöri á pönnu. Bætið söxuðu kartöflunum við brúnaða laukinn, stráið klípu af salti, pipar, kartöflukryddi yfir og steikið í 40 sekúndur við meðalhita. Hellið áður þeyttum eggjum í steiktu hráefnin, blandið saman og steikið þar til það er stíft. Taktu síðan allt af eldinum.

55. Eggjakaka með osti og sojasósu

Hráefni:

- 15 g af rifnum parmesanosti
- 4 egg
- 2 matskeiðar af mjólk
- 2 matskeiðar af hveiti
- 2 matskeiðar af dökkri sojasósu
- 0,5 tsk af salti
- 0,5 tsk af möluðum svörtum pipar
- græn steinselja

undirbúningur:

1. Þvoið grænu steinseljuna, hellið vatninu af og saxið smátt. Setjið eggin í pott, bætið hveiti, salti og pipar út í þau, hellið mjólkinni út í og blandið öllu saman með hrærivél þar til það verður þykkur rjómi. Hellið blönduðu hráefnunum með skeið á heita pönnu án fitu og steikið á báðum hliðum við meðalhita þar til þær eru léttbrúnar.
2. Takið það svo af hitanum, stráið rifnum parmesanosti yfir, rúllið upp og setjið aftur á meðalhita. Steikið, þakið, þar til osturinn bráðnar. Takið svo af hellunni, skiptið í skammta og setjið á disk. Stráið svo öllu yfir sojasósu og stráið fínt saxaðri grænni steinselju yfir.

56. Kalkúna rúlla, eggjakaka og spínat

Hráefni:

- 4 kalkúnabringur
- 250 g af frosnu spínati
- 4 matskeiðar af olíu
- 2 matskeiðar af krydduðu tómatsósu
- 1 laukur
- 0,5 tsk af rifnum múskat
- salt
- pipar

Fyrir eggjakökuna:

- 4 egg
- 2 matskeiðar af mjólk

- 1 matskeið af hveiti

undirbúningur:

1. Þvoðu kalkúnabringurnar, tæmdu vatnið, möltu þær með stöpli, settu þær á sætabrauðið, penslið með sterkri tómatsósu á annarri hliðinni og stráið salti og pipar yfir.

Útbúið eggjaköku.

2. Þeytið eggin í skál og þeytið saman við hveiti og mjólk. Setjið þeytt hráefni á heita pönnu án fitu og steikið á báðum hliðum við meðalhita þar til eggin eru orðin stíf.
3. Takið síðan af hellunni og setjið á kalkúnabringurnar sem eru húðaðar með tómatsósu. Afhýðið laukinn, skerið í litla teninga og steikið á 2 msk af heitri olíu á pönnu.
4. Þiðið spínat og bætið við gljáða laukinn. Kryddið hráefnin eftir smekk með klípu af salti og pipar, bætið rifnum múskati út í, hrærið og látið malla, undir loki, í 2 mínútur við meðalhita. Eftir þennan tíma skaltu taka af hitanum og bæta við hráefninu með kjötinu.

5. Pakkið síðan öllu inn, bindið með tvinna, setjið í steikarpönnu og dreypið 2 matskeiðum af ólífuolíu sem eftir er af. Setjið allt í ofn sem er hitaður í 175°C og bakið þar til kjötið er meyrt.

57. Eggjakaka með beikoni, kartöflum og aspas
- undirbúningur allt að 30 mínútur

- skammtar 2

Hráefni:

- 30 g af grænum aspas
- 20 b af reyktu beikoni
- 4 matskeiðar af olíu
- 4 kartöflur
- 4 egg
- 2 matskeiðar af mjólk
- 2 matskeiðar af þungum rjóma
- 0,5 tsk af möluðum rauðum pipar
- salt
- pipar

undirbúningur:
1. Þvoðu aspasinn og tæmdu hann úr vatninu. Setjið aspasinn í pott, bætið 3 bollum af léttsöltu vatni út í, eldið þar til hann er mjúkur og látið renna af.
2. Skrúbbið kartöflurnar vandlega undir rennandi vatni, hellið 1 lítra af vatni yfir þær, eldið þær í jakkanum þar til þær eru mjúkar, skolið af og skerið í þunnar sneiðar. Brjótið eggin í pott og þeytið þau með sleif með mjólk, smá salti og pipar.
3. Hellið því á heita pönnu án fitu og steikið við meðalhita þar til það er stíft. Taktu síðan af eldinum og settu á disk. Hitið olíuna á pönnu og bætið við áður soðnum kartöflum.
4. Steikið þær þar til þær eru orðnar gullinbrúnar, takið þær svo af hitanum og setjið þær á steiktu eggjakökuna. Skerið beikonið í teninga og brúnið það á heitri pönnu án fitu. Bætið soðnum aspas við brúnaða beikonið og eldið í 1,5 mínútur við meðalhita. Takið steiktu hráefnin af hitanum og bætið út í allt með þunga rjómanum. Stráið öllu með möluðum rauðum pipar.

58. Eggjakaka með brauðteningum og baunaspírum

Hráefni:

- 5 g mung baunaspírur
- 4 egg
- 4 sneiðar af ristuðu brauði
- 3 matskeiðar af olíu
- 2 hvítlauksgeirar
- 2 matskeiðar af vatni
- fullt af graslauk
- salt
- pipar

undirbúningur:

1. Baunaspírur brenna 1 bolla af sjóðandi vatni og tæma umfram vatn. Þvoið graslaukinn, hellið vatninu af og skerið í bita. Skerið ristað brauð í stóra teninga.
2. Flysjið hvítlaukinn af hýðinu, saxið hann smátt og steikið í heitri olíu á pönnu. Bætið ristuðu brauðinu og graslauknum út í hvítlaukinn og steikið þar til hráefnið er gullinbrúnt.
3. Setjið svo eggin í pott, hellið vatni í þau, bætið við smá salti og pipar og hellið í allt.
4. Steikið allt þar til eggin eru skorin. Bætið síðan við áður sviðnuðum baunaspírum og steikið, þakið, í 40 sekúndur. Takið tilbúna réttinn af hellunni og setjið á disk.

59. Eggjakaka með brokkolí, skinku og brauðteningum

- undirbúningur allt að 30 mínútur
- skammtar 4

Hráefni:

- 15 g reykt skinka
- 4 egg
- 2 matskeiðar af olíu
- 2 matskeiðar af mjólk
- 1 brokkolí
- 1 laukur
- 1 lítið baguette

- pipar
- salt

undirbúningur:

1. Þvoið spergilkálið, skiptið því í blóma, bætið við 1 lítra af léttsöltu vatni, sjóðið þar til það er mjúkt og látið renna af.
2. Flysjið laukinn af hýðinu, skerið í teninga og steikið á 1 matskeið af heitri olíu á pönnu.
3. Skerið skinkuna í teninga, bætið við gljáðan laukinn og brúnið. Þeytið síðan eggin með mjólk í potti og hellið yfir steikta hráefnið. Bætið við áður soðnu spergilkálinu, stráið klípu af salti og pipar yfir og steikið þar til eggin eru mjúk.
4. Tilbúið til að taka það af eldinum og setja á disk. Skerið baguette í þunnar sneiðar, brúnið í olíunni sem eftir er á báðum hliðum og bætið í réttinn.

60. Svínakótilettur með eggjaköku, hrísgrjónum og maís

- undirbúningur allt að 30 mínútur
- skammtar 2

Hráefni:

- 200 g af maís í saltlegi
- 6 matskeiðar af olíu
- 4 egg
- 4 svínakótilettur með beinum
- 2 matskeiðar af krydduðu tómatsósu
- 2 hvítlauksgeirar
- 1 matskeið af hveiti
- 1 matskeið af mjólk

- 1 bolli af hýðishrísgrjónum
- salt
- pipar

undirbúningur:

1. Þvoið kjötið, hellið vatninu af og skiptið því í hluta. Skolið brún hrísgrjón undir rennandi vatni, hellið 2 glösum af léttsöltu vatni yfir og eldið þar til vatnið er alveg gufað upp.
2. Skrælið síðan hvítlaukinn af hýðinu, saxið hann smátt og steikið í 2 msk af heitri olíu á pönnu. Bætið maísnum sem tæmd er af súrum gúrkum og áður soðnum hrísgrjónum út í gljáða hvítlaukinn.
3. Kryddið hráefnin eftir smekk með smá salti og pipar og steikið í 1,5 mínútur við meðalhita. Takið steikta af hellunni og setjið á disk.
4. Brjótið eggin í pott, bætið svo hveitinu út í, hellið mjólkinni yfir, stráið klípu af salti yfir og hristið allt vel með þeytara.
5. Hellið þeyttum eggjunum á heita pönnu án fitu og steikið þar til það hefur stífnað. Takið síðan af hitanum og bætið við hráefninu á plötunni. Stráið pipar og salti yfir svínakótilletturnar og steikið á báðum

hliðum í heitri olíunni sem eftir er á pönnunni.
6. Hellið fitu af þeim steiktu og bætið út í réttinn. Hellið sterkri tómatsósu yfir allt.

61. Frönsk eggjakaka

Hráefni:

- 15 g tartare sera Gruyere
- 2 matskeiðar af smjöri
- fullt af graslauk
- pipar
- salt

undirbúningur:

1. Þvoðu graslaukinn og tæmdu hann úr vatninu. Setjið eggin í pott, stráið klípu af salti og pipar yfir og þeytið varlega með sleif. Hitið smjörið á pönnu, bætið þeyttum eggjum út í

og steikið þar til það hefur stífnað. Stráið svo öllu yfir með rifnum Gruyere osti og söxuðum graslauk. Rúllið öllu upp með spaða og steikið, þakið, þar til osturinn er bráðinn.

62. Eggjakaka með kartöflum, aspas og osti

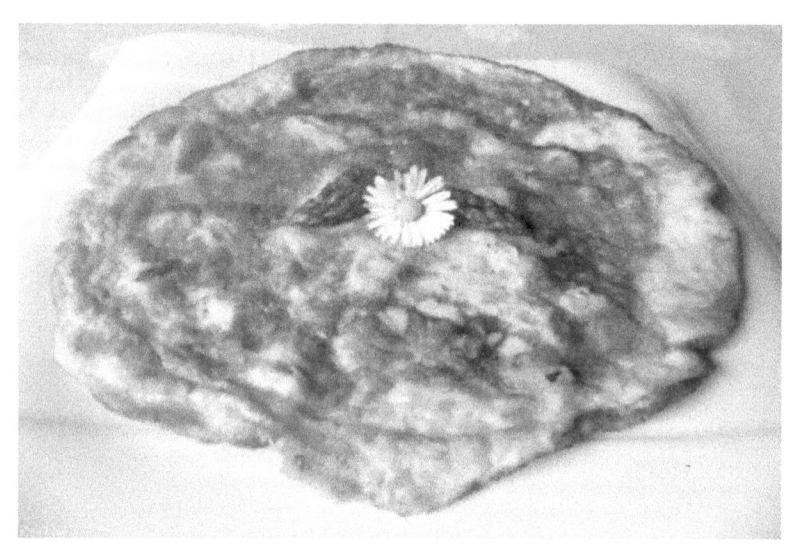

- undirbúningur allt að 30 mínútur
- skammtar 2

Hráefni:

- 20 g af grænum aspas
- 20 g af reyktum beikonsneiðum
- 20 g af geitakotasælu
- 4 egg
- 4 kartöflur
- 2 matskeiðar af mjólk
- 2 hvítlauksgeirar
- 2 matskeiðar af olíu
- 1 matskeið af hveiti
- 0,5 tsk af möluðum rauðum pipar

- salt
- pipar

undirbúningur:

1. Þvoið grænmetið og tæmdu vatnið. Brjótið eggin í pott, hellið mjólkinni út í, bætið hveitinu út í, kryddið eftir smekk með smá salti og pipar og þeytið vandlega með þeytara.
2. Hellið þeyttu hráefnunum á heita pönnu án fitu og steikið þar til allt er orðið fast. Taktu það síðan af eldinum og settu það á disk. Skerið beikonið í teninga.
3. Flysjið kartöflurnar og skerið í þunnar sneiðar. Flysjið hvítlaukinn af hýðinu, skerið í bita og steikið í heitri olíu á pönnu. Bætið söxuðum kartöflum og aspas við hvítlaukinn.
4. Stráið hráefninu með klípu af salti og malaðri papriku og steikið þar til þær eru gullinbrúnar. Bætið svo söxuðu beikoninu út í og steikið þar til kjötið er gullinbrúnt. Takið steiktu af hellunni og setjið þær á eggjaköku á disk.

63. Eggjakaka með kartöflum, aspas og osti

- undirbúningur allt að 30 mínútur
- skammtar 4

Hráefni:

- 20 g af grænum aspas
- 20 g af reyktum beikonsneiðum
- 20 g af geitakotasælu
- 4 egg
- 4 kartöflur
- 2 matskeiðar af mjólk
- 2 hvítlauksgeirar
- 2 matskeiðar af olíu
- 1 matskeið af hveiti

- 0,5 tsk af möluðum rauðum pipar
- salt
- pipar

undirbúningur:

1. Þvoið grænmetið og hellið vatninu frá. Brjótið eggin í pott, hellið mjólkinni út í, bætið hveitinu út í, kryddið eftir smekk með smá salti og pipar og þeytið vandlega með þeytara.
2. Hellið þeyttu hráefnunum á heita pönnu án fitu og steikið þar til allt er orðið fast. Taktu það síðan af eldinum og settu það á disk. Skerið beikonið í teninga. Flysjið kartöflurnar og skerið í þunnar sneiðar. Flysjið hvítlaukinn af hýðinu, skerið í bita og steikið í heitri olíu á pönnu.
3. Bætið söxuðum kartöflum og aspas við hvítlaukinn. Stráið hráefninu með klípu af salti og malaðri papriku og steikið þar til þær eru gullinbrúnar. Bætið svo söxuðu beikoninu út í og steikið þar til kjötið er gullinbrúnt.
4. Takið steiktu af hellunni og setjið þær á eggjaköku á disk.

64. Tófú eggjakaka

Hráefni:

- 40 g af silkimjúku tofu
- 40 g af maís í saltlegi
- 2 egg
- 2 blöð af rauðu salati
- 2 kirsuberjatómatar
- 2 matskeiðar af mjólk
- 2 matskeiðar af olíu
- 1 matskeið af maíssterkju
- fullt af litlum graslauk
- sól
- pipar

undirbúningur:

1. Þvoið grænmetið og hellið vatninu frá. Setjið salat og tómata á disk.
2. Takið maís úr saltvatninu og hellið í skál. Bætið tófúi og graslauk mulið niður í litla bita.
3. Hellið svo mjólkinni út í, bætið maísmjölinu út í og bætið eggjunum út í. Kryddið eftir smekk með pipar og salti og blandið vel saman. Hitið síðan olíuna á pönnu og setjið blönduð hráefni á hana.
4. Steikið allt þar til það er gullbrúnt á báðum hliðum við meðalhita, takið það síðan af hitanum og bætið við hráefninu á plötunni.

65. Nautaeggjakaka

Hráefni:

- 200 g af nautahakk
- 3 matskeiðar af olíu
- 2 egg
- 2 matskeiðar af dökkri sojasósu
- 1 rauð paprika
- 1 tómatur
- 1 græn agúrka
- 1 vorlaukur
- 1/2 teskeið af magi
- salt
- pipar

Undirbúningur :

1. Þvoið grænmetið og hellið vatninu frá. Skerið tómatinn í sneiðar. Afhýðið gúrkuna og skerið hana líka í sneiðar.
2. Fjarlægðu fræin af paprikunni og skerðu hana í litla teninga. Afhýðið vorlaukinn og skerið hann í sneiðar líka.
3. Hitið olíu á pönnu, bætið nautahakkinu út í, bætið sojasósu út í, kryddið með pipar, salti, magi, blandið saman og steikið þar til kjötið breytir um lit.
4. Bætið svo söxuðum pipar og vorlauk út í og steikið í 2,5 mínútur. Brjótið eggin í pott, þeytið þau með gaffli og hellið þeim síðan í steikta hráefnið.
5. Kryddið með kryddi eftir smekk, blandið saman og steikið þar til eggin eru orðin alveg fast. Takið tilbúna matinn af hellunni og setjið hann á disk. Bætið síðan sneiðum gúrkunni og tómötunum út í hana.

66. Eggjakaka með kjúklingalifur

- Undirbúningur 15 mínútur
- Eldunartími 30 mínútur

Hráefni

- 6 egg
- 150 g af kjúklingalifur
- 2 skalottlaukar
- 3 matskeiðar af ólífuolíu
- 1 tsk saxuð steinselja, 1 tsk saxaður graslaukur, 1 tsk saxaður estragon
- Salt pipar

undirbúningur

1. Skerið og skerið í 4 kjúklingalifur. Afhýðið og saxið skalottlaukana.

2. Steikið kjúklingalifur í ólífuolíu og eldið í 3 til 4 mínútur. Geymdu þá síðan og svitnaðu skalottlaukana yfir frekar mjúkum eldi. Blandið þeim saman við lifrirnar og geymið.
3. Þeytið eggin, saltið og piprið. Eldið þær í slattari eggjaköku. Dreifið yfir kjúklingalifur og kryddjurtir.
4. Brjótið eggjakökuna saman og rennið henni á framreiðsludisk.

67. Eggjakaka með rækjum og sveppum

- undirbúningur allt að 30 mínútur
- skammtar 2

Hráefni:

- 5 tígrisrækjur
- 6 sveppir
- 4 egg
- 3 matskeiðar af olíu
- 2 hvítlauksgeirar
- 1 rauð paprika
- 1 matskeið af hveiti
- 1 matskeið af mjólk
- Grænkál til skrauts
- salt

- pipar

undirbúningur:

1. Þvoið grænmeti og sveppi og skolið af vatni. Fjarlægðu himnurnar af sveppunum og skerðu þá í þunnar sneiðar. Fjarlægðu fræin af paprikunni og skerðu í bita. Hreinsaðu rækjuna af óætum hlutum.
2. Brjótið eggin í pott, hellið hveitinu í þau, hellið mjólkinni og þeytið allt saman með þeytara. Flysjið hvítlaukinn af hýðinu, saxið hann smátt og steikið í heitri olíu á pönnu. Bætið hreinsuðum rækjum og söxuðum sveppum við hvítlaukinn, stráið klípu af salti yfir og steikið í 2,5 mínútur, þakið, við meðalhita.
3. Hellið svo þeyttum eggjunum í steiktu hráefnið, kryddið eftir smekk með smá salti, blandið vel saman og steikið þar til eggin eru stíf. Taktu síðan allt af eldinum og settu á disk. Stráið nýmöluðum pipar yfir fullunna réttinn og skreytið með grænkáli og saxaðri papriku.

68. Tortilla með eggjaköku

Hráefni:

- 15 g af sneiðum reyktri skinku
- 4 egg
- 2 tortillur
- 2 matskeiðar af hveiti
- 2 matskeiðar af mjólk
- 2 matskeiðar af kryddaðu tómatsósu
- 1 laukur
- 1 matskeið af olíu
- 1 búnt af graslauk
- 0,5 bollar af volgu vatni

- salt
- pipar

undirbúningur:

1. Leggið tortillapönnukökurnar í bleyti með volgu vatni, setjið þær síðan á heita pönnu án fitu og steikið í 40 sekúndur á annarri hliðinni. Takið steikta af hellunni og setjið á disk. Þvoið graslaukinn, hellið vatninu af og skerið í bita. Brjótið eggin í skál, bætið söxuðu skinkunni í litla bita. Hellið hveitinu út í, hellið mjólkinni út í, kryddið síðan allt eftir smekk með pipar og salti og þeytið vel með sleif. Afhýðið laukinn, skerið í litla teninga og steikið í heitri olíu á pönnu. Hellið þeyttu hráefnunum í gljáða laukinn og steikið þar til stíft (aðeins á annarri hliðinni). Setjið svo allt í tortillur, hellið tómatsósu yfir og stráið söxuðum graslauk yfir.

70. Eggjakaka með salami og lauk

- undirbúningur: allt að 30 mínútur
- skammtar 2

Hráefni:

- 15 g salami
- 4 egg
- 2 matskeiðar af svörtum ólífum í saltlegi
- 2 matskeiðar af hveiti
- 2 matskeiðar af mjólk
- 2 matskeiðar af olíu
- 1 laukur
- 1 gróðurhúsa græn agúrka
- salt
- pipar

undirbúningur:

2. Þvoið gúrkuna, hellið vatninu af, skerið í þunnar sneiðar, stráið klípu af salti yfir og setjið á disk. Bætið þunnt sneiðum hvítum osti út í það. Brjótið eggin í skál, bætið síðan hveiti, mjólk út í og þeytið vel með gaffli. Flysjið laukinn af hýðinu, skerið í þunnar sneiðar, bætið út í þeytt egg með hægelduðum salami og blandið síðan öllu saman. Hitið olíuna á pönnu og hellið blönduðu hráefnunum í skeið. Kryddið eftir smekk með pipar og salti og steikið fyrst á annarri hliðinni og þegar eggin eru stíf, snúið við og steikið á hinni hliðinni þar til þau eru gullinbrún. Takið steiktu eggjakökuna af hellunni, rúllið henni upp og bætið við gúrkurnar. Bætið við ólífunum sem tæmdar eru af súrum gúrkum.

71. Nautaeggjakaka

- undirbúningur allt að 30 mínútur
- skammtar 2

Hráefni:

- 200 g af nautahakk
- 3 matskeiðar af olíu
- 2 egg
- 2 matskeiðar af dökkri sojasósu
- 1 rauð paprika
- 1 tómatur
- 1 græn agúrka

- 1/2 tsk af Maggi
- salt
- pipar

undirbúningur:

1. Þvoið grænmetið og hellið vatninu frá. Skerið tómatinn í sneiðar. Afhýðið gúrkuna og skerið hana líka í sneiðar.
2. Fjarlægðu fræin af paprikunni og skerðu hana í litla teninga. Afhýðið vorlaukinn og skerið hann í sneiðar líka. Hitið olíu á pönnu, bætið nautahakkinu út í, bætið sojasósu út í, kryddið með pipar, salti, Maggi, blandið saman og steikið þar til kjötið breytir um lit.
3. Bætið svo söxuðum pipar og vorlauk út í og steikið í 2,5 mínútur. Brjótið eggin í pott, þeytið þau með gaffli og hellið þeim síðan í steikta hráefnið.
4. Kryddið með kryddi eftir smekk, blandið saman og steikið þar til eggin eru orðin alveg fast. Takið tilbúna matinn af hellunni og setjið hann á disk. Bætið síðan sneiðum gúrkunni og tómötunum út í hana.

72. Eggjakaka með osti og brokkólí

- undirbúningur allt að 30 mínútur
- skammtar 2

Hráefni:

- 6 kirsuberjatómatar
- 5 g af rifnum Gouda osti
- 4 egg
- 2 matskeiðar af hveiti
- 2 matskeiðar af mjólk
- 2 matskeiðar af olíu
- 1 brokkólí
- 1 rauðlaukur

- Grænkál til skrauts
- salt
- pipar

undirbúningur:

1. Þvoið grænmetið og hellið vatninu frá. Skiptið spergilkálinu í báta, hellið 1 lítra af léttsöltu vatni, eldið þar til það er mjúkt og látið renna af.
2. Brjótið eggin í skál. Hellið svo hveitinu út í þær, bætið rifnum osti út í, hellið mjólkinni út í og blandið öllu vel saman með þeytara.
3. Flysjið laukinn af hýðinu, skerið hann í sneiðar og steikið í heitri olíu á pönnu. Hellið blönduðu hráefnunum í gljáða laukinn, kryddið með pipar og salti eftir smekk og bætið síðan við áður soðnu brokkolíinu.
4. Steikið allt við meðalhita þar til hráefnið er alveg þurrt. Tilbúið til að taka það af eldinum og setja á disk. Skreyttu allt með kirsuberjatómötum og grænkáli.

73. Eggjakaka í brauði með beikoni og kryddjurtum

Hráefni:

- 20 g af reyktu beikoni
- 6 sneiðar af grófu brauði
- 4 egg
- 1 matskeið af hveiti
- 1 tsk þurrkað timjan
- 1 teskeið af marjoram
- 0,5 heitt vatn
- salt
- pipar

undirbúningur:

1. Fjarlægðu skorpurnar af gamalt brauð og vættu það með volgu vatni í skál. Setjið í bleyti brauðið í springform sem er 30 cm í þvermál.
2. Skerið beikonið í litla teninga og setjið í skál. Hellið eggjunum í saxað beikonið, bætið við hveiti, marjoram, timjan, kryddið eftir smekk með smá salti og pipar og blandið vel saman.
3. Blandað hráefni hella kökuforminu með brauðinu og setja í ofninn sem er forhitaður í 170 gráður. Bakið þar til eggin eru alveg stökk, takið síðan formin úr ofninum og kælið aðeins.

74. eggjakaka með múrsteinum og spínati

- undirbúningur allt að 30 mínútur
- skammtar 2

Hráefni:

- 40 g af fersku bragðmiklu
- 4 matskeiðar af smjöri
- 3 egg
- 2 matskeiðar af mjólk
- 1 handfylli af fersku spínati
- 1 laukur
- pipar
- salt

undirbúningur:

1. Hreinsið múrsteinana vandlega, skolið undir rennandi vatni og skerið í langar ræmur. Bræðið síðan smjörið á pönnu og bætið söxuðum sveppum út í.
2. Sjóðið sveppina, þakið, við lágan hita í 20 mínútur, hrærið af og til. Bætið síðan skrældum og skornum lauk út í og steikið í 1,5 mínútur. Þvoið spínatið, hellið vatninu af og bætið við hráefnin. Brjótið eggin í pott, blandið þeim saman við mjólk, klípu af salti og pipar og hellið þeim í steiktu hráefnin.
3. Steikið allt þar til eggin eru alveg þétt. Taktu það síðan af eldinum og settu það á disk.

75. eggjakaka með rækjum og sveppum

- undirbúningur allt að 30 mínútur
- skammtar 2

Hráefni:

- 5 tígrisrækjur
- 6 sveppir
- 4 egg
- 3 matskeiðar af olíu
- 2 hvítlauksgeirar
- 1 rauð paprika
- 1 matskeið af hveiti

- 1 matskeið af mjólk
- Grænkál til skrauts
- salt
- pipar

undirbúningur:

1. Þvoið grænmeti og sveppi og skolið af vatni. Fjarlægðu himnurnar af sveppunum og skerðu þá í þunnar sneiðar. Fjarlægðu fræin af paprikunni og skerðu í bita.
2. Hreinsaðu rækjuna af óætum hlutum. Brjótið næst eggin í pott, hellið hveitinu, hellið mjólkinni og þeytið allt saman með þeytara.
3. Flysjið hvítlaukinn af hýðinu, saxið hann smátt og steikið í heitri olíu á pönnu. Bætið hreinsuðum rækjum og söxuðum sveppum við hvítlaukinn, stráið klípu af salti yfir og steikið í 2,5 mínútur, þakið, við meðalhita.
4. Hellið svo þeyttum eggjunum í steiktu hráefnið, kryddið eftir smekk með smá salti, blandið vel saman og steikið þar til eggin eru stíf.
5. Taktu síðan allt af eldinum og settu á disk. Stráið nýmöluðum pipar yfir fullunna réttinn og skreytið með grænkáli og niðurskorinni papriku.

76. Marokkósk eggjakaka

- Eldunartími 15 til 30 mín
- skammtar 4

hráefni

- 2 matskeiðar ólífuolía
- 2 skalottlaukar (fínt skornir)
- 4 tómatar (miðlungs, skornir í bita)
- 1 tsk Ras el-Hanout (marokkósk kryddblanda)
- 8 egg
- 2 msk kóríander (ferskt, hakkað)
- sjávarsalt
- Pipar (úr kvörninni)

undirbúningur

1. Hitið fyrst ólífuolíu á pönnu (með járn- eða tréhandfangi). Steikið skalottlaukur í honum, bætið niðursneiddum tómötum út í, kryddið með ras el-hanout, sjávarsalti og pipar.
2. Þeytið eggin varlega á pönnuna og steikið í ofni við 180°C í 8-10 mínútur. Stráið marokkósku eggjakökunni yfir nýsöxuðum kóríander og sjávarsaltflögum.

77. Geitaostaeggjakaka með basil

- Eldunartími Innan við 5 mín
- Skammtar 4

hráefni

- 4 egg
- salt
- pipar
- 200 g ostur (geitaostur)
- 2 msk basil (grófsaxað)
- 60 g smjör

undirbúningur

2. Þeytið eggin í skál fyrir geitaostaeggjakökuna, kryddið með salti og pipar og þeytið allt vel. Skerið geitaostinn í teninga og blandið saman við eggin ásamt nýsöxuðu basilíkunni.

3. Hitið helminginn af smjörinu á pönnu, hellið helmingnum af eggjablöndunni út í og hrærið pönnuna til að dreifa blöndunni jafnt. Lækkið hitann aðeins. Leyfið eggjakökunni að stífna hægt, brjótið hana saman í miðjuna og setjið á forhitaðan disk.

4. Undirbúið og berið fram seinni geitaosteggjakökuna á sama hátt.

78. Villihvítlaukseggjakaka

- Eldunartími 5 til 15 mín
- Skammtar: 4

hráefni

- 1 handfylli af villtum hvítlauk
- 2 kjöttómatar
- 1/2 kúrbít
- 8 egg
- 80 g Emmentaler (eða annar fjallaostur)
- 2 timjangreinar
- 3 greinar af steinselju
- Smjör
- Repjuolía

- salt
- Pipar (nýmalaður)

undirbúningur

1. Skolið villihvítlaukslaufin með köldu vatni, þurkið og saxið smátt fyrir villihvítlaukseggjakökuna. Þvoið tómata og kúrbít og nuddið þurrt, fjarlægið rætur og stilka af kúrbítnum. Skerið grænmetið í teninga.
2. Hitið smjör og repjuolíu á pönnu, steikið niður skorið grænmeti og villtan hvítlauk. Takið af hitaplötunni.
3. Þeytið eggin í skál og kryddið með fínsöxuðum kryddjurtum, salti og pipar. Hrærið nú grófrifnum ostinum saman við. Hitið olíuna á stórri pönnu og hellið eggjablöndunni út í. Látið stífna aðeins, setjið gufusoðið grænmetið ofan á og brettið eggjakökuna saman. Snúið einu sinni, skiptið í skammta og berið villihvítlaukseggjakökuna fram á diska.

79. Skinku- og ostaeggjakaka

hráefni

- 1 egg
- 1/2 tsk hveiti
- 2 matskeiðar mjólk
- 50 g Edam
- 1 skinkusneið (skera í fína strimla)
- 1/4 tsk chili krydd
- salt
- smjöri
- 1/2 tómatar
- 1 grein(ir) steinselju

undirbúningur

1. Þeytið eggið vel. Bætið við osti, mjólk, hveiti, skinku og kryddi og hrærið vel.
2. Hellið eggjablöndunni í hitaða, smurða pönnu og látið stífna. Leggið tómatsneiðarnar ofan á og hitið í 1-2 mínútur í viðbót.
3. Skreytið með steinselju.

80. Sumarhúsaeggjakaka

- Eldunartími 15 til 30 mín

hráefni

- 3 egg
- 1 msk vatn (heitt)
- 1 msk hveiti (hrúgað)
- smá steinselja (hakkað)
- 1 klípa af salti
- smá pipar
- 2 msk laukur (ristaður)
- 1 handfylli beikon (skorið)
- 5 sneiðar af osti (kryddaður)

undirbúningur

1. Fyrir sumarhúsaeggjakökuna skaltu fyrst blanda öllu hráefninu fyrir utan ostinn.
2. Hitið smá olíu á pönnu (20 cm Ø) og hellið deiginu út í. Lokið og bakið undirhliðina brúna við meðalhita. Efri hliðin ætti að vera stíf áður en henni er snúið við.
3. Eftir að hafa snúið við, skerið í tvennt, hyljið aðra hliðina með osti og látið ostinn bráðna. Látið botninn verða brúnn aftur. Brjótið síðan báða helminga sumarhúsaeggjakökunnar saman.

81. Kartöflueggjakaka með osti

- Eldunartími 15 til 30 mín
- skammtar 4

hráefni

- 1 kg af kartöflum
- 2 laukar (hakkað)
- 50-100 g beikon í teninga
- 50-100 g Gouda (skera í litla teninga eða rifin)
- smjöri
- 6 egg
- salt
- pipar

undirbúningur

1. Fyrir kartöflueggjakökuna skaltu elda kartöflurnar í um það bil 20 mínútur, afhýða og skera í sneiðar.
2. Steikið laukinn og sneiðbeikonið í smá smjöri, bætið kartöflunum út í og steikið þar til þær verða stökkar.
3. Blandið eggjunum saman við smá salti og pipar, blandið ostateningunum út í og hellið þessari blöndu yfir kartöflurnar. Steikið þar til blandan hefur þyknað.
4. Takið tilbúna kartöflueggjaköku af pönnunni, skreytið með steinselju ef þarf og berið fram.

82. eggjakaka með kantarellum

hráefni

- 2 stilkar vorlaukar
- 2 stk. Laukur
- 2 matskeiðar smjör
- 100 g skinka (soðin)
- 400 g kantarellur (ferskar)
- Sítróna (safi)
- salt
- pipar
- 1 klípa af múskat
- 2 búnt af steinselju (hakkað)

Fyrir eggjakökuna:

- 8 egg
- 500 ml af mjólk

- smjöri
- 2 knippi af graslauk (skera)

undirbúningur

1. Fyrir eggjakökuna með kantarellum, hreinsið vorlaukinn með grænmetinu og skerið í strimla.
2. Afhýðið laukinn og skerið í fína teninga. Látið vorlaukinn og laukinn gufa í smjörinu þar til hann verður gegnsær. Bætið skinkuna skorinni í litla strimla eða teninga við laukinn.
3. Hreinsið kantarellurnar og skerið þær í litla bita eftir þörfum. Hellið smá sítrónusafa yfir og bætið út í skinkuna. Kryddið með salti, pipar og múskat og haldið áfram að steikja.
4. Að eldunartíma loknum, kryddið aftur vel, blandið steinseljunni saman við og hafið hana tilbúna.
5. Fyrir eggjakökuna, þeytið eggin með mjólkinni.
6. Bakið eggjakökurnar í skömmtum. Til að gera þetta skaltu steikja blönduna af 2 eggjum í smjöri í stutta stund og standa síðan í 1-2 mínútur með lokinu lokað.

7. Hyljið kantarellublönduna yfir, sláið upp og stráið graslauk yfir og berið á borðið.

83. Eggjakaka með rækjum

hráefni

- 4 egg
- 1/2 stafur (r) blaðlaukur
- 1 búnt af graslauk
- 250 g rækjur
- salt
- 1 msk sítrónusafi
- 1 hvítlauksgeiri(r).
- pipar

undirbúningur

1. Fyrir eggjakökuna með rækjum, skerið blaðlaukinn í litla bita.
2. Þeytið eggin, bætið við blaðlauknum, salti og pipar. Hitið smá smjör á pönnu og bætið þeyttu eggjablöndunni saman við.
3. Látið stífna í um það bil 3 mínútur, snúið svo eggjakökunni í stutta stund og látið elda.
4. Hitið smá smjör á sérstakri pönnu.
5. Saxið hvítlaukinn og steikið hann stuttlega með rækjunum. Kryddið með sítrónusafa, salti og pipar og berið eggjakökuna fram með rækjum.

84. Eggjakaka fyllt með feta

- Undirbúningur: 40 mín
- skammtar 2

hráefni

- 1 skalottlaukur
- 4 egg
- salt
- pipar úr kvörninni
- 4 msk creme fraiche ostur
- 2 tsk sinnep
- 2 tsk sítrónusafi
- 2 msk smátt söxuð basilíka
- 2 matskeiðar smjör

- 100 g
- feta
- basil

Undirbúningsskref

6. Afhýðið og saxið skalottlaukur smátt. Aðskilja egg. Þeytið eggjahvíturnar með smá salti þar til þær eru stífar. Þeytið eggjarauður með 2 msk af creme fraiche, sinnepi, sítrónusafa og fínsöxuðu basilíkunni. Kryddið með salti og pipar, blandið eggjahvítunum lauslega saman við.
7. Bræðið helminginn af smjörinu á pönnu sem festist ekki. Bætið helmingnum af skalottlaukanum út í og steikið. Bætið helmingnum af eggjakökublöndunni út í og eldið í 6-8 mínútur þar til undirhliðin er gullinbrún og yfirborðið þykknar á meðan það er þakið pönnunni. Dragðu síðan pönnuna af hellunni.
8. Smyrjið 1 msk creme fraiche á eggjakökuna og setjið helminginn af mulnu fetaostinum yfir, kryddið með salti og pipar og brjótið eggjakökuna saman með hjálp spaða.
9. Bakið seinni eggjakökuna á sama hátt (mögulega á annarri pönnu).

10. Setjið eggjakökur á diska og berið fram skreyttar með basil.

85. Omelette Með Ávöxtum

- undirbúningur: allt að 30 mínútur
- skammtar 2

Hráefni:

- 6 egg

- 1 tsk af hveiti
- 0,5 bollar mjólk 2%
- salt
- fullt af graslauk

Ávextir:

- 6 bananar
- 1 bolli af bláberjum

undirbúningur:

3. Þvoið banana og ber og skolið úr vatni. Fjarlægðu endana á bananunum, afhýðið þá, skerið holdið í þunnar sneiðar og setjið á disk.

Útbúið eggjaköku:

4. brjótið eggin í bolla, hellið mjólkinni út í, bætið hveitinu út í, smá salti og smátt saxaðan graslauk. Blandið öllu vel saman með gaffli, hellið því svo á heita pönnu án fitu og steikið við meðalhita þar til eggin eru alveg stíf. Takið svo af hellunni og bætið við bananana á disknum. Stráið öllu yfir bláberjum.

86. Spaghetti eggjakaka

Hráefni

- 5 egg
- 150 g spaghetti
- 30 g parmesan (ferskur rifinn)
- 30 g smjör
- 1 klípa múskat (rifinn)
- Sjávarsalt
- Pipar

Undirbúningur

1. Eldið og sigtið spagettíið í samræmi við pakkann eftir þörfum.
2. Þeytið eggin í skál. Hrærið parmesan út í og kryddið með salti, pipar og örlitlu af múskati.

3. Blandið soðnu spaghetti saman við og hrærið vel.
4. Steikið helminginn af smjörinu á pönnu og steikið pastablönduna við gylltan hita án þess að hræra í.
5. Bræðið afganginn af smjörinu ofan á eggjakökunni. Snúið eggjakökunni við og steikið hina hliðina þar til hún verður stökk.
6. Skerið í skammt og berið fram heitt.

87. Jurtaeggjakaka

Hráefni

- 12 egg
- 12 msk kryddjurtir (að eigin vali, þvegnar, smátt saxaðar)
- 6 matskeiðar af smjöri
- 1 matskeið af hveiti
- 1/8 l mjólk
- salt
- pipar
- 2 msk parmesan (eða annar harður ostur eftir smekk)

Undirbúningur

1. Bræðið fyrst smjörið á pönnu fyrir jurtaeggjakökuna og steikið kryddjurtirnar varlega á lágum loga. Athugið: Jurtirnar mega alls ekki brúnast!
2. Í millitíðinni, hrærið eggin með salti, pipar, parmesan, hveiti og mjólk í fljótandi pönnukökudeig. Hellið varlega yfir kryddjurtirnar, hrærið vel. Þegar stíf skorpa hefur myndast á undirhliðinni er deiginu snúið við og bakað. (Bætið við smá smjöri eftir smekk þannig að hin hliðin verði líka stökk.)
3. Raðið og berið jurtaeggjakökuna fram á diska.

88. Garð ferskar eggjakaka

Hráefni

- 1 ⅓ bollar af grófsöxuðum tómötum, tæmdu
- 1 bolli grófsöxuð agúrka með grófum skornum
- Hálft þroskað avókadó, helmingað, fræhreinsað, skrælt og saxað
- ½ bolli grófsaxaður rauðlaukur (1 meðalstór)
- 1 hvítlauksgeiri, saxaður
- Skerið 2 matskeiðar af ferskri steinselju
- 2 matskeiðar af rauðvínsediki
- 1 matskeið af ólífuolíu
- 2 egg
- 1½ bollar af kældri eða frosinni eggjaafurð, þíða

- ¼ bolli af vatni
- 1 matskeið af fersku oregano í sneiðum eða 1 teskeið af þurrkuðu oregano, mulið
- ¼ teskeið af salti
- ¼ teskeið af möluðum svörtum pipar
- ⅛ teskeið af muldum rauðum pipar
- ¼ bolli mulinn, fituskertur fetaostur

Undirbúningur

1. Fyrir salsa, hrærið tómötum, agúrku, avókadó, lauk, hvítlauk, steinselju, ediki og 1 tsk af olíu saman í meðalstórri skál.
2. Þeytið egg, eggjaafurð, vatn, oregano, salt og svartan pipar í meðalstórri skál og myljið rauða piparinn. Fyrir hverja eggjaköku skaltu hita 1/2 tsk af olíunni sem eftir er yfir miðlungshita í 8 tommu non-stick pönnu. Pönnu með 1/2 bolli af eggjablöndunni. Hrærið eggin með spaða þar til blandan lítur út eins og steiktir bitar af eggi umkringd vökva. Hættu að hræra, en haltu áfram að elda þar til þú hefur sett eggið. 1/3 bolli af salsa skeið yfir aðra hliðina á steiktu eggjablöndunni. Fjarlægðu eggjaköku úr pönnu; brjóta yfirfyllingu. Endurtaktu til að búa til alls fjórar eggjakökur.

3. Berið fram hverja eggjaköku með fjórðungi af salsaafganginum. Stráið 1 matskeið af fetaosti yfir með hverri eggjaköku.

89. Avókadó ristað brauð og eggjakaka

Hráefni

- 1 meðalþroskað avókadó
- 2 matskeiðar af lime safa, eða smakka
- 1-2 fínt saxaður ferskur graslaukur
- 3/4 tsk kosher salt, eða smakkað til
- 3/4 tsk nýmalaður svartur pipar, smakkið til
- Tveggja sneiðar handverksbrauð (þykkt brauð er áhrifaríkara og er stundum kallað "Texas toast" eða "french toast")
- 2 matskeiðar ósaltað smjör
- 2 stór egg
- Smakkaðu salti og nýmöluðum svörtum pipar

Leiðbeiningar

1. Bætið avókadó, lime safa, graslauk, kosher salti, nýmöluðum svörtum pipar, merjið avókadó með gaffli og blandið saman með gaffli í meðalstórri skál; leggja til hliðar.
2. Skerið 2,5 til 3 tommu hring með kökusköku eða glasi úr miðju hverrar brauðsneiðar.
3. Festið smjörið og eldið við miðlungs lágan hita til að bráðna í stóra pönnu sem ekki festist.
4. Festið eggið, eggjahringurnar og eldið á fyrstu hliðinni þar til það er gullinbrúnt, um það bil 1 til 2 mínútur.
5. Snúðu þessu öllu við, brjóttu egg í holu hvers brauðs og kryddaðu eggin með salti og pipar.
6. Lokið pönnunni og eldið í 3 til 6 mínútur þar til egg þarf. Eldið brauðhringurnar hraðar en eggin (á um það bil 1 til 2 mínútum); takið þær af pönnunni um leið og þær eru gullinbrúnar og setjið þær á fat. Setjið eggið í holu og setjið á diskinn.
7. Dreifið avókadóblöndunni jafnt yfir brauð og egg og berið fram strax. Uppskriftin er svalari og ferskari sterkari.

90. Kúrbítseggjakaka með kryddjurtum

hráefni

- 300 g lítill kál (1 lítill kóhlrabi)
- 1 msk eplaedik
- 1 tsk valhnetuolía
- 2 egg
- salt
- 125 g kúrbít (0,5 kúrbít)
- 1 stilkur dill
- 1 stilkur steinselja
- 1 kort. þurrkað timjan
- pipar
- 100 g kirsuberjatómatar
- 2 tsk ólífuolía

- 15 g furuhnetur (1 msk)
- 10 g heflaður parmesanostur (1 msk; 30% fita í þurrefni)

Undirbúningsskref

1. Hreinsið, þvoið, afhýðið kóhlrabi, skerið í mjög fínar sneiðar, blandið saman og setjið til hliðar með ediki og valhnetuolíu.
2. Á meðan, þeytið, saltið og þeytið eggin í skál. Hreinsið kúrbítinn, þvoið og skerið í þunnar sneiðar. Þvoið steinselju og dill og hristið þurrt. Saxið steinseljuna og helminginn af dillinu, setjið timjan og pipar á eggin og kryddið með.
3. Þvoið tómata með kirsuberjum. Hitið eina teskeið af olíu í potti. Bætið kirsuberjatómötunum út í og steikið við meðalhita í 4 mínútur. Takið út og setjið til hliðar af pönnunni.
4. Setjið kúrbítsneiðarnar á pönnuna og steikið við meðalhita í 4 mínútur. Hellið eggjablöndunni út í og látið kólna í 4-5 mínútur.
5. Brjótið eggjakökuna saman, setjið marineraða bylgjuðu kálið á disk og dragið við hliðina. Bætið tómötunum út í og stráið

furuhnetunum, parmesan og afganginum af dilli yfir eggjakökuna.

91. Heilkornabrauð með eggjaköku og bökuðum baunum

hráefni

- 400 g bakaðar baunir (niðursoðnar)
- 3 stilkar steinselja
- 6 egg
- salt
- pipar
- 2 matskeiðar smjör
- 200 g gúrkur

- 4. tómatar
- 4 sneiðar heilkornabrauð

Undirbúningsskref

1. Setjið bökuðu baunirnar í pott og hitið við meðalhita.
2. Þvoið steinseljuna í millitíðinni, hristið þurrt, saxið smátt og þeytið saman við egg, salti og pipar.
3. Hitið smjörið á húðuðu pönnu. Bætið eggjunum út í og látið sjóða við meðalhita.
4. Hreinsið, þvoið og skerið gúrkuna í þunnar sneiðar. Hreinsið, þvoið og skerið tómata. Raðið brauði með bökuðum baunum, eggjaköku, gúrku og tómötum.

92. Aspas og skinkueggjakaka með kartöflum og steinselju

hráefni

- 200 g nýjar kartöflur
- salt
- 150 g hvítur aspas
- 1 laukur
- 50 g bresaola (ítalskt nautaskinka)
- 2 stilkar steinselja
- 3 egg
- 1 msk repjuolía
- pipar

Undirbúningsskref

1. Þvoið kartöflurnar vel. Eldið í sjóðandi söltu vatni í ca. 20 mínútur, tæmdu og láttu kólna. Á meðan kartöflurnar eru að eldast skaltu afhýða aspasinn, skera neðri viðarendana af. Eldið aspas í söltu vatni í um það bil 15 mínútur, lyftið upp úr vatninu, hellið vel af og látið kólna. Afhýðið laukinn og saxið smátt.
2. Skerið aspas og kartöflur í litla bita.
3. Skerið bresaola í strimla.
4. Þvoið steinselju, hristið þurrt, tínið lauf og saxið. Þeytið eggin í skál og þeytið saman við saxaðri steinselju.
5. Hitið olíuna á húðuðu pönnu og steikið laukinn þar til meðalháan hita þar til þau verða hálfgagnsær.
6. Bætið kartöflum út í og steikið áfram í 2 mínútur.
7. Bætið aspas út í og steikið í 1 mínútu.
8. Bætið bresaola út í og kryddið allt með salti og pipar.
9. Setjið eggin á pönnuna og lokið og látið malla í 5-6 mínútur við vægan hita. Fallið af pönnunni og berið fram strax.

93. Geitaostaeggjakaka með rucola og tómötum

- Undirbúningur: 15 mínútur

hráefni

- 4 prótein
- 2 egg
- 1 lítil handfylli af rucola
- 2 tómatar
- 1 tsk ólífuolía
- salt
- pipar
- 50 g ungur geitaostur

Undirbúningsskref

1. Aðskiljið 4 egg og setjið eggjahvíturnar í skál (notið eggjarauður annars staðar). Bætið hinum 2 eggjunum út í og þeytið allt með sleif.
2. Þvoið rakettan, þurkið hana og saxið hana gróft með stórum hníf.
3. Þvoið tómatana, skerið stilkendana í fleygform og skerið tómatana í sneiðar.
4. Hitið húðaða pönnu (24 cm) og smyrjið olíunni yfir.
5. Bætið þeyttu eggjablöndunni saman við. Kryddið með salti og pipar.
6. Bakið örlítið við meðalhita (eggið ætti samt að vera svolítið rennt) og snúið við með því að nota disk.
7. Myljið geitaost yfir eggjakökuna með fingrunum. Setjið eggjakökuna á disk, toppið með tómatsneiðum og stráið rakettan yfir. Heilkornabrauð passar vel með þessu.

94. Ostaeggjakaka með kryddjurtum

- Undirbúningur: 5 mín
- elda á 20 mín

hráefni
- 3 stilkar kirtill
- 3 stilkar af basil
- 20 g parmesan
- 1 skalottlaukur
- 8 egg
- 2 msk creme fraiche ostur
- 1 matskeið smjör
- 150 g kindaostur
- salt
- pipar

Undirbúningsskref

1. Þvoið kervel og basil, hristið þurrt og saxið gróft. Rífið parmesan. Afhýðið og skerið skalottlaukana smátt. Þeytið eggin með crème fraiche, parmesan, kervel og helmingnum af basilíkunni.

2. Bræðið smjör á ofnheldri pönnu, steikið skalottlaukur, hellið eggjum út í og myljið fetaost. Bakið í forhituðum ofni við 200°C (varmhitun 180°C, gas: stig 3) í um 10 mínútur þar til þær eru gullnar.

3. Takið úr ofninum, kryddið með salti og pipar, stráið afganginum af basilíkunni yfir og njótið.

95. Túnfiskeggjakaka

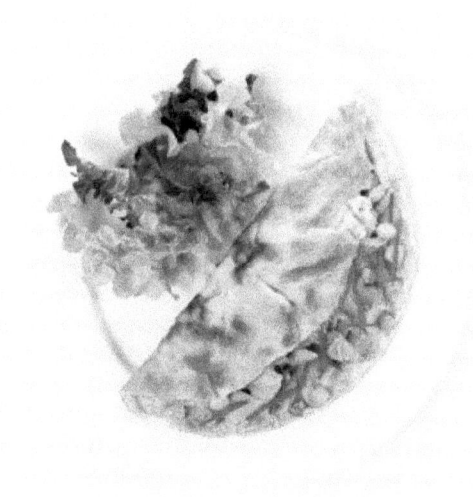

hráefni
- 1 skeið af mjólk
- 0,5 dós (r) túnfiskur
- 0,5 laukur (lítill)
- smá basil
- smá oregano
- smá salt

undirbúningur
1. Þeytið eggin með ögn af mjólk fyrir túnfiskeggjakökuna og kryddið með salti og pipar. Hitið olíuna á pönnu og bætið eggjablöndunni út í.

2. Látið stífna í nokkrar mínútur. Dreifið svo túnfiskinum og laukhringjunum yfir. Stráið að lokum smá basil og oregano yfir.

96. Eggjakaka með kjötbrauði

hráefni
- 3 msk ostur (rifinn)
- 1 sneið (s) af kjötbrauði
- 1 laukur (lítill)
- salt
- graslauk
- Olía (til steikingar)

undirbúningur
1. Fyrir eggjakökuna með kjöthleifum skaltu fyrst brjóta eggin og þeyta. Næst skaltu skera kjötbrauðið í litla bita. Skerið loks laukinn í fína strimla.

2. Hitið olíuna á pönnu og steikið kjötið. Hellið eggjunum yfir og látið stífna aðeins. Stráið rifnum osti yfir, setjið laukstrimlana á og klárið að steikja.
3. Kryddið með salti og pipar og stráið graslauk yfir.

97. Holl eggjakaka

hráefni
- 4 stk egg
- 1 tómatur
- 1 laukur (lítill)
- 1 hvítlauksgeiri (lítill)
- Jurtir (ferskar, basil eða graslaukur)
- Paprikukrydd
- salt
- Pipar (ad mill)

undirbúningur
1. Blandið eggjunum saman í skál og bætið niður söxuðum kryddjurtum, smá papriku, salti og pipar fyrir eggjakökuna.
2. Skerið niður tómata og lauk. Steikið nú laukinn með olíu eða smjöri þar til hann er hálfgagnsær. Bætið svo tómötum og hvítlauk út í og steikið áfram í stutta stund.
3. Bætið svo innihaldi pönnunnar saman við eggin í skálinni og blandið öllu saman. Steikið helminginn við meðalhita til að búa til eggjaköku.
4. Þegar eggjakakan er steikt á annarri hliðinni (og snúið við) má strá smá osti yfir ef vill og brjóta svo eggjakökuna saman.
5. Gerðu svo það sama við restina af massanum. Að lokum er eggjakökunni raðað og borið fram.

98. Pizzueggjakaka

hráefni

Fyrir eggjakökuna:

- 3 egg (lífræn, m)
- 1 skot af sódavatni
- 1 skot af mjólk (lífræn)
- 1/2 tsk salt
- Pipar (úr kvörninni)
- 1 tsk smjör (lífrænt)

Fyrir umfjöllun:

- 1 stykki tómatar (lífrænir)
- 50 g feta (lífrænt)
- 1/2 mozzarella (lífræn)
- basil
- Jurtir (að vild)

undirbúningur
1. Skerið tómata og mozzarella í sneiðar, myljið fetaostið létt, skerið basilíkuna gróft í strimla. Saxið ferskar kryddjurtir. Þeytið allt hráefnið fyrir eggjakökuna.
2. Hitið smjörið á minni pönnu, hellið eggjablöndunni út í og látið stífna. Þegar eggjahræran er orðin stíf, snúið henni varlega og steikið stutt á hinni hliðinni.
3. Hitið ofninn í ca. 200°C yfir/undir hiti. Setjið tilbúna eggjakökuna á bökunarplötu klædda bökunarpappír.
4. Setjið restina af hráefninu ofan á eggjakökuna og bakið í um það bil 10 mínútur þar til osturinn hefur bráðnað.
5. Raða og bera fram pizzueggjakökuna.

99. Epli og beikon eggjakaka

- Eldunartími 5 til 15 mínútur
- Skammtar: 2

hráefni
- 6 egg
- 70 ml þeyttur rjómi
- salt
- chili
- 1 tsk af graslauk
- 1 epli
- 150 g beikon

undirbúningur
1. Fyrir epla- og beikoneggjakökuna, léttsteikið beikonsneiðarnar á pönnu, takið síðan af pönnunni og setjið til hliðar.
2. Takið kjarnann úr eplinum og skerið í hringi ca. 4 mm þykkt. Steikið líka á pönnunni.
3. Blandið eggjunum saman við þeytta rjómann og kryddinu á milli. Setjið eplin og beikonið aftur á pönnuna, hellið eggjablöndunni yfir og látið stífna á meðalhita með lokinu lokað.
4. Kryddið með nýrifnum pipar.

100. Vegan eggjakaka

- Eldunartími 5 til 15 mín
- Skammtar: 2

hráefni

- 1 laukur
- 400 g Tofu
- Grænmeti (eftir smekk)

undirbúningur

1. Fyrir vegan eggjakökuna, skerið laukinn í litla bita og steikið í olíu. Steikið grænmeti (tómatar, paprikur, sveppir osfrv.).
2. Maukið tófúið með ögn af sojasósu eða vatni, salti, pipar eða túrmerik. Brjótið maukað tófú saman við, steikið það og berið fram vegan eggjakökuna með ferskum spírum.

NIÐURSTAÐA

Mundu að þessar uppskriftir eru einstakar, svo vertu tilbúinn að prófa nýja hluti. Hafðu líka í huga að matreiðslustíllinn sem notaður er í þessari matreiðslubók er einfaldur. Svo, jafnvel þó að uppskriftirnar verði einstakar og ljúffengar, þá verður auðvelt að gera þær!